இன்னொரு மலை, இன்னொரு நதி...

மருத்துவர்.கு.சிவராமன்

டிஸ்கவரி பப்ளிகேஷன்ஸ்
எண்: 9, பிளாட் எண்: 1080A, ரோஹிணி பிளாட்ஸ்
முனுசாமி சாலை, கே.கே.நகர் மேற்கு,
சென்னை - 600 078. பேச: 99404 46650

வெளியீட்டு எண்: 0096

இன்னொரு மலை, இன்னொரு நதி... (பயணக்கட்டுரை)
ஆசிரியர்: மருத்துவர்.கு.சிவராமன்©

Inoru Malai Inoru Nadhi (Travelogue)
Author: Ku.Sivaraman ©
Print in India

1st Edition : Jan - 2024
ISBN No : 978-93-95285-93-3
Pages - 94

Publisher • Sales Rights

Discovery Publications
No. 9, Plot,1080A, Rohini Flats,
Munusamy Salai,
K.K.Nagar West, Chennai - 78.
Tamilnadu, India.
Mobile: +91 99404 46650

Discovery Book Palace (P) Ltd
No. 1055-B, Munusamy Salai,
K.K.Nagar West,
Chennai-600 078.
Ph: (044) 4855 7525
Mobile: +91 87545 07070

discoverybookpalace@gmail.com / www.discoverybookpalace.com

இந்த நூலில் பிரசுரமாகியுள்ள எந்த ஒரு பகுதியையும் எழுத்துபூர்வமான முன்அனுமதி பெறாமல் எடுத்தாள்வதோ, மறுபிரசுரம் செய்வதோ, மொழியாக்கம் செய்வதோ, ஊடகங்களில் மறுபதிப்புச் செய்வதோ, காப்புரிமைச் சட்டப்படி தடை செய்யப்பட்டுள்ளது. இந்த நூலிலிருந்து சில பகுதிகளை மேற்கோள்காட்டி நூல்அறிமுகம் செய்யலாம்.

உங்கள் மொபைல் போனிலிருந்து ஸ்கேன் செய்து 'டிஸ்கவரி புக் பேலஸ்' மொபைல் ஆப்பை டவுன்லோடு செய்து, புத்தகங்களை வாங்குங்கள்.

சமர்ப்பணம்

எங்களோடு புதிதாய் மகிழ்வாய்
பயணிக்கத் துவங்கியிருக்கும்
சரவண பிரகாஷிற்கு

உள்ளே

காடு பார்த்தல்...	09
அந்தமான் நிக்கோபார்...	18
தாமிரவருணிக்கரையில் இருந்து தேம்ஸ் நதிக்கரைக்கு	27
ஃபெட்னா...	32
செங்கன் ஐரோப்பா...	52

முன்னுரை

நிலம் எழுதும் கவிதை

பயணத்தின் வழியே மனிதர்கள் தனக்கான சிறகை உருவாக்கிக் கொள்கிறார்கள். அதுவும் இன்றைய பரபரப்பான நகர வாழ்க்கை நம்மை மூச்சுமுட்டச் செய்யும் போது பயணமே விடுதலை உணர்வை அளிக்கிறது.

பயணம் உலகை மட்டுமில்லை. வீட்டின் முக்கியத்துவத்தையும் புரிந்து கொள்ள வைக்கிறது. நாவிற்கு உணவு ருசி தருவது போல கண்களுக்குப் பயணமே ருசியளிக்கிறது.

டாக்டர் சிவராமன் தனது பயண அனுபவங்களைச் சுவைபட எழுதியிருக்கிறார். ஒவ்வொரு பயணத்திலும் அவருக்குள்ளிருக்கும் பள்ளிச்சிறுவன் விழித்துக் கொள்கிறான். உற்சாகம் கொள்கிறான். அந்த மனநிலையைத் தக்க வைத்துக் கொள்வது அபூர்வம். அது சிவராமனுக்கு இயல்பாகவே வாய்த்திருக்கிறது.

சிவராமன் நண்பர்களுடன் பயணம் செய்கிறார். அதுவும் காடு பாக்கலாம் வாரீங்களா? என இயற்கை ஆர்வலர்களால் அழைத்துச் செல்லப்படுகிறார். அந்தப் பயணத்தில் நாம் இயற்கையின் வசீகரத்தை மட்டுமில்லை. பல்வேறு மூலிகைகளை அறிந்து கொள்கிறோம். நடராசன் வீட்டுச் சாப்பாட்டை ருசிக்கவும் ஆசை கொள்கிறோம்.

காடு சூழலியலில் ஒரு முக்கிய வெளி, காடுகளை மதிப்பதும், புரிந்து கொள்வதும், பாதுகாப்பதும் மிக மிக முக்கியமானது எனக் கட்டுரையின் நடுவே சிவராமன் குறிப்பிடுகிறார். இது தான் அவரை சமூக மருத்துவராக அடையாளம் காணச் செய்கிறது.

உலகெங்கும் இன்று மகிழ்ச்சியைத் தேடி மக்கள் அலைகிறார்கள். அதற்காகப் பெரிய விலை கொடுக்கிறார்கள். இந்தப் பயணநூலில் மகிழ்ச்சிக்கான பாதையும் மகிழ்ச்சியை எப்படி உருவாக்குவது என்ற பாடமும் அழகாக வெளிப்பட்டுள்ளது.

உணவு, சினிமா, இசை, உரையாடல் என நான்கு சரடுகள் இணைந்து பயண அனுபவத்தினை அழகாக்குகின்றன. கட்டுரைக்கும் சிறுகதைக்கும் இடையில் உள்ள அவரது எழுத்து நடை சரளமானது. மிகுந்த நகைச்சுவை உணர்வு கொண்டது. வாழ்வியல் உண்மைகளை வெளிப்படுத்தக் கூடியது.

குருசடைத்தீவைக் காணுவதற்காகச் சென்ற பயண வழியில் இரண்டு டால்பின்களாவது அழகாய்த் துள்ளி நமக்கு வணக்கம் வைப்பதை காணமுடியும் எனும் சிவராமன் இடிபாடுகளுடன் உள்ள அந்தத் தீவு முழுக்க மூலிகைச் செடிகளைப் பார்க்க முடிகிறது என மருத்துவரின் தேடலையும் முன்வைக்கிறார்

தேம்ஸ் நதியின் குறுக்கே நிற்கும் போது அவருக்குத் தாமிரவருணி நதி நினைவில் வருகிறது. இரண்டின் அழகையும் ஒப்பீடு செய்வதுடன் தேம்ஸ் நதியின் பின்னுள்ள வரலாற்றை, பண்பாட்டினை அழகாகப் பதிவு செய்திருக்கிறார்.

தனது மகளின் அழைப்பை ஏற்று அவர் மேற்கொண்ட ஐரோப்பா பயணம் குறித்த கட்டுரைகள் எனக்கு மிகவும் பிடித்திருந்தன. காரணம் பிள்ளைகளுக்கு நாம் உலகைக் காட்டியது மாறி இன்று அவர்கள் நமக்குப் புதிய உலகை அறிமுகம் செய்கிறார்கள்.

ஐரோப்பிய நிலத்தில் பயணம் செய்யும் போது துருக்கி சுல்தான் பரிசாகக் கொடுத்த துலிப் மலர்கள் எப்படி இன்று நெதர்லாந்தின் அடையாளமாக மாறியுள்ளது என்ற வரலாற்றை நினைவுபடுத்துகிறார். "நிலம் எழுதும் கவிதைதான் மலர்கள்" எனும் போது அவருக்குள்ளிருந்த கவிஞன் வெளிப்படுகிறான்.

டாக்டர் சிவராமன் உலகின் எந்த மூலைக்குச் சென்றாலும் தமிழ் மண்ணையும் மக்களையும் நினைத்துக் கொள்கிறார். இயற்கையை, கலைகளை நேசிக்கிறார். புதியன கற்றுக் கொள்கிறார். இது மருத்துவரின் பயணம் மட்டுமில்லை, சகமனிதர்கள் மீதான அன்பும் அக்கறையும் கொண்ட தோழமையின் தேடல் என்றே சொல்வேன்

சாலைதான் பயணியின் நிரந்தர இருப்பிடம் என்கிறது சீனப் பழமொழி. பயணி கதைகளால் நிரம்பியவன். அவனிடம் சொல்வதற்கு நிறைய உண்மைகளும் கதைகளும் இருக்கின்றன. டாக்டர் சிவராமன் அதில் கொஞ்சத்தை நமக்கு சுவையோடு பகிர்ந்து கொடுத்திருக்கிறார். அவருக்கு என் மனம் நிறைந்த வாழ்த்துகள் மிக்க அன்புடன்

டாக்டர்.எஸ் ராமகிருஷ்ணன்
சென்னை. 23.

காடு பார்த்தல்....

“இன்றைக்கு மாலை சும்மாதானே இருக்கீங்க. ஒரு காடு பாக்கலாம் வாரீங்களா?” என ஓசை காளிதாஸ் கேட்டபோது அப்படி ஒரு சந்தோசம். கடந்த மாசம் அழகர் மலையிலும், நத்தம் கணவாயிலும் 6-7 கிமீட்டர் நடந்த போதே, ‘இனி மாசம் ஒரு முறையாச்சும் காடு போகணும்’ என நினைச்சிருந்தேன். காளிதாசுக்கு அந்த மைண்ட் வாய்ஸ் கேட்டிருக்கு போல.

கோவையில் நடராஜன் வீட்டில் இருந்து மதியம் 2 மணி போல காடு பயணத்துக்கு எங்கள் குழு (காளிதாஸ் இதே மாதிரி சொல்லி இன்னும் 9 பேரைச் சேர்த்திருந்தார்) இரண்டு காரில் கிளம்பினோம். நடராஜன் வீட்டு மதிய சாப்பாடு எப்பவுமே வேற லெவல். என்ன சாப்பிடும்போது, மருத நில சைவர் மரபில் பரபரவென வருவார். “என்னது ரசம் இல்லையா?” என ‘போர்க்களத்தில் துப்பாக்கி இல்லையாங்கிற’ லெவலில் கத்துவார்.

அனேகமாக பரிமாறலுடன், ‘அத லெஃப்ட்ல தொடுங்க, ரைட்ல இப்படி, புளிக்குழம்புல நல்லெண்ணெ விட வேணாமா?’ என கார்கில் பட்டாலியன் கமாண்டராட்டம் நம்மை வழி நடத்துவார். தாது வருச பஞ்சம் எல்லாம் தமிழகத்தில் வருவதுக்கு சுற்றுசூழல் தாண்டி எவ்ளோ காரணம் இருக்குனு சுந்தர்ராஜண்ட்ட சொல்லணும். ஆனாலும் நடராஜன் போடும் காபி, பாட்சா சட்னி, புளிக்குழம்பு எல்லாம் சாப்பிடாமல் இந்த பிறவியை கடப்பவர்கள் கொடுத்து வைக்காதோர்.

வண்டி ஊட்டி மலைச்சாலையில், குன்னூர் வழியை விட்டு கோத்தகிரி வழியை தேர்ந்தெடுத்து, பறக்க ஆரம்பித்தது. பயணத்தில் எங்களோடு ஒரு முக்கிய நபர் இந்த முறை. எண்டமாலஜிஸ்ட் சிவா. எண்டமாலஜி தாண்டி தாவரங்கள், அவற்றின் வட்டார பெயர், வட்டார வழக்கு இவற்றில் மனுஷன் அத்துப்படி..

"ஏ வண்டிய நிறுத்துங்க நிறுத்துங்க" என ஓரிடத்தில் நிறுத்தி, சாம்பிளுக்கு அந்த சாலையில் பல மூலிகைகளை மருத்துவப் பயனோடு வழக்கு மொழியோடு சொல்லத் துவங்கினார். கிட்டத்தட்ட அந்த சாலையோரம் சித்த மருத்துவ ஃபார்மசியே, குவிந்து கிடந்தது. சின்னி இலை(தோல் நோய்க்கு அப்படி சிறப்பு அது) மருக்காரை, சின்ன

பிள்ளைங்க சளி போக்கும் இண்டு, ஆஸ்துமாவிற்கான முட்சங்கன், யானை கரடியெல்லாம் விரும்பிச் சாப்பிடும் கொழுக்கட்டை தேக்கு, தகரை, பழங்குடியினர் தானியங்களுடன் சேர்த்து சாப்பிடும் சிங்கி கீரை, மிளகரணை இன்னும் செம்புளிச்சான் மரம் என 15 நிமிசத்தில் அவ்வளவும் மூலிகைத் தாவரம். பக்கத்திலேயே "டேய்! எவ்வளவு என் தமிழ் நிலத்தில் இருக்கு பாத்தியா? என பீடு உடன், தமிழனின் தேசிய பூவான "கண்வலிக்கிழங்கு பூ" பக்கத்து எக்சாட்டிக் மலரையெல்லாம் தூக்கி சாப்பிடும் விதமாக பூத்திருந்தது.

வண்டி கோத்தகிரியில் இருந்து பிரிந்து ஹன்னாட்டா வழியாக கரிக்கையூரை நோக்கி அதை ஒட்டியுள்ள "சாமை கூடல்" கிராமத்தை நோக்கி பயணிக்கையில் மலை கும்மிருட்டு. கொஞ்சம் பாதை கரடு முரடாக, கார்னிவல் வண்டியை ஓட்டிவந்த ரமேசுக்கு வயிற்றிலும் கடமுடா. "பாசு வழி சுத்தமா இருட்டு பெண்டு தெரியலை. இந்த வண்டி போகாதுன்னு நினைக்கிறேன்" என சொல்ல நம்ம காளி, பேட்ட ரஜினி பட காளியாட்டம் "இதெல்லாம் ஜுஜூபி. அழுத்துங்க போயிடலாம்" என சொல்ல, ஒரு கட்டத்தில் கடந்த மழையில் சாலை பேர்வாதி கரைந்ததில், கார்னிவல் வண்டியின் பேஸ் கர-கரவென உராய ஆரம்பித்தது. ரமேஸ் காதில் லேசா ரத்தம்.

வெளியே லைட்டா கொஞ்சம் உறுமற மாதிரி சத்தம் வேற. கும்மிருட்டில் நான் "சார் புலி உறுமுதோ" என கேட்க, "ஹலோ அதெல்லாம் இங்க வராது. வந்தா கொஞ்சம் யானை, கரடி வேணா வரும் என அகஸ்மாத்தா எங்கயோ பார்த்து அவர்கள் சொன்னார்கள். "சார்! யானை ஒண்ணும் செய்யாதா? "என கேட்டேன். "99% ஒண்ணும் செய்யாது. அதனோட mood தெரிஞ்சு நாம நடக்கணும்" என்றார், ஓசை.

"என்னது யானையோட moodஆ? அத்த எப்டி தெரிவது.? ஆபத்தான சூழலை ராஜியின் mood ஐ வைத்து கணிக்கும் கலையையே, 25 வருசமா நான் கத்துக்கலை..இதுல காட்டுயானை mood ஆ? என நான் கலவரமானேன்:

"இதுக்கு மேல் வண்டி போகாது . இறங்கிடலாம் திரும்பிடலாம்" என அந்த திட்டக்குழு முடிவெடுத்த போது, கொஞ்சம் ஆறுதலாக இருந்தது. மலையில் முன்னும் பின்னுமாக இரண்டு வண்டி. எப்படி திருப்ப போகிறார்கள்? இருட்டில் எங்கயோ இருந்து ஒரு குரல். நாங்க இங்க அல்லாடுவதை பார்த்து தூரத்து தோட்டத்தில் இருந்து ஒருவர் இறங்கி வந்தார். "அப்டியே ஆத்துக்குள்ள விட்டு திருப்பிக்கோங்க "என்றார். ஆறா? இங்கயா? என நான் மேலும் திகிலானேன்.

அட்ரினலின், மெலடோனின் ஆக்சிடோசின் என என்ன எழவெல்லாமோ மூளையில் சுரந்து கை குளிர்ந்து காட்டியது.

சலசலவென இருட்டில் கொஞ்சம் சத்தமாகவே ஓடை ஒண்ணு அருகில் இருந்தது. கார்னிவலை திருப்புவது என்பது கண்டெய்னரை திருப்புவது போல. ரமேஷ் கொஞ்சம் ஷூமேக்கரிடம் ட்ரெயினிங் எடுத்தவர் போல. பக்கத்தில், அதலபாதாளத்தை இருட்டு மூடியிருக்க, மெல்ல வண்டியை திருப்பினார். "நீங்க மெதுவா கொஞ்ச தூரம் நடந்து வாங்க", என சொல்லி, வண்டியை மேட்டில் நிறுத்தாமல் மேலே போனார். சும்மா 300-400 அடிதான். ஆனாலும் கும்மிருட்டில் காடு அவ்வளவு அழகு. ஜெயமோகன் காடு கதை ஒருபக்கம் நினைவுக்கு வந்தாலும் உச்சா இன்னொரு பக்கம். 17-18 டிகிரி குளிரில் எவ்ளோ நேரம் அடக்குவது?. அவர்கள் எல்லாம் 10 -15 அடி மேலே போகையில் நான் அந்த இயற்கை உபாதையில் இருந்து விடுபட முயன்றேன். நான் தயாராவதற்குள் என்னுடன் நடந்தவர்கள் கொஞ்சம் எட்டிப் போய்விட்டனர்.

"பயத்தில் உச்சா வரும் என நமக்கு தெரியும். உச்சா போகையில் பயம் வருமா?" என இன்றைக்குத்தான் தெரிந்தது. அவ்ளோ இருட்டில் 'கரடி மூத்திர வாசத்துக்கு வந்திடுச்சுன்னா?' என உள்மனம் கேட்க, "பயப்படாதீங்க டாக்டர். பலாப்பழ வாசத்துக்குத்தான் கரடி வரும்" என தூரத்தில் ஒரு குரல். என் கபளீகர மூஞ்சு அவர்களுக்கு தெரிஞ்சிடுச்சு போல. "யூரின்ல கீட்டோ அசிடோசிஸ் இருந்தா பழ வாசம் வருமே. அப்ப அந்த வாசத்துக்கு கரடி வந்திருச்சுன்னா?" என சொல்லித்தந்த தெய்வநாயகம் சார்லாம் அந்த காட்டுக்குள் எனக்குள் வந்து போனாங்க. வெட வெட குளிரில் காரில் ஏறி, "பாசு! கோத்தகிரிக்கு போயிடுவோம். நாளைக்கு வரலாம்," என சொல்ல, குழு மொத்தமாக ஆமோதித்தது. மெல்ல இருட்டில் 20-25 கிமீட்டர் வளைந்து நெளிந்த மலைச்சாலையில் பயணிக்க ஒரு ஒன்றரை மணி நேரத்தில் கோத்தகிரி சாலையை அடைந்தோம்.

அவ்ளோ நேரம் என்னோடு சேர்ந்து போன் சிக்னலும் தொலைந்து போய் இருந்தது. மாலையில் காட்டுக்குள் போகும்போது வழியில் பாத்த ஒரு மலை முகட்டில் இருந்து பவானிசாகர் பின்னணியில் தெரிய ஒரு செல்பி எடுத்து செழியன் தர, அதை வீட்டம்மா ராஜிக்கு அனுப்பியிருந்தேன். வழக்கம்போல சிகப்பு முக ஐகானை பதினைஞ்சு தடவை எனக்கு பதிலாய் அனுப்பி அவள் அன்பை காட்டியிருந்தாள்.

"எங்க போனீங்க? 1 மணி நேரமா கூப்பிடுறேன்?"

"சிக்னல் இல்லைம்மா"

"என்றைக்கு எனக்கு சிக்னல் இருந்துச்சு...? இருக்கட்டும் அந்த மலைக்கிராமத்தில என்ன வேலை?"

"இங்க சாமை தினையெல்லாம் பழங்குடியினர் வச்சிருக்காங்க. காட்டையும் அவங்களையும் பாக்கலாம்னு"

"ஆனா பாதீல திரும்பிட்டோம். பாதை சரியில்ல." என்றேன். இப்படி சொன்னதும் பேரானந்த பெருமிதம் அந்தப்பக்கம் வந்தது. அது இண்ட்யூஷனில் எனக்குத் தெரிந்தது. "எங்கள விட்டுட்டு போனா அப்படித்தான்" என சொல்ல, "நோ நோ இந்த தபா வழி பாத்துட்டு அடுத்த முறை உன்னை.." என நான் சொல்லி முடிக்கும் முன்னர், "இப்படி 415 இடம் நீங்க கூட்டிட்டு போக வேண்டியிருக்கு" என காட்டு யானை மாதிரி பேச்சை வழக்கம் போல் வழி மறித்தாள். நானும் இந்த முறை ராஜியின் mood தெரிந்து.. தாக்குதல் தொடராமலிருக்க அமைதியானேன்.

வழியில் காரில் பயணிக்கையில் காடு பத்தி பேச்சு போனது. தமிழகத்தில் காடுகளை, குறிப்பாய் நீலகிரி மலையை, துல்லியமாய் அறிந்தவரில் ஓசை காளிதாஸ் மிக முக்கியமானவர். "மொத்தம் இங்கே 2700 யானை இருக்கலாம் என ஒரு கணக்கு" என்றார் காளிதாஸ். "எப்டி சார் எண்ணுவீங்க?" என நான் அப்பாவியாய் கேட்க, பல அறிவியல் முறையை, "யானை அதனோட துணை குட்டி கணக்கு, யானைசாணத்தின் உலர்ந்து போகையில் அளவு" என பல கணக்கை சொன்னார். 'நாடு நல்லா இருக்க காடு நல்லா இருக்க வேண்டும். நிலப்பரப்பில் 33% காடும், மலைப்பரப்பில் 66% காடும் மிக அவசியம். நாம் 50% மட்டுமே வைத்திருக்கோம்.

ஆனால் அது கூட பாதுகாக்கப்பட்டது 70 களில் சலீம் அலி, பகுகுணா ஆகியோரின் வலியுறுத்தலில் இந்திராகாந்தி போட்ட வனச்சட்டத்தால்தான்' என்றார். காட்டில் குடியேற்றத்தை தடுத்தே ஆகவேண்டிய அவசியத்தை விளக்கினார். கோத்தகிரியில் ஒருமுறை தண்ணிக் கஷ்டத்தை போக்க, அந்த சோழ மண்டல காட்டை மனித நடமாட்டம் இல்லாமல் ஆக்கியதால், கிடைத்த நீரும் ஆறும்" என ஓசை காளிதாசின் வியக்க வியக்க வைக்கும் பேச்சு வழியெல்லாம் நீண்டது. இன்றைக்கு மேற்கு தொடர்ச்சி மலையின் பாதுகாப்பு ஓரளவேனும் பேசுபொருளாகவும் காக்கப்படுவதும் நிகழ்கிறதென்றால் காளிதாஸ் போன்றோரின் முன்னெடுப்புகளால் தான். நாளை

மறுபடி 6 வகை பழங்குடியினர் சந்திப்பு, முடிஞ்சா முதுமலை என திட்டமிட்டுவிட்டு உறங்கச்சென்றோம்.

காடு சூழலியலில் ஒரு முக்கிய வெளி. காடுகளை மதிப்பதும், புரிந்துகொள்வதும், பாதுகாப்பதும் மிக மிக முக்கியமானது. நீலகிரியில் பூர்வகுடி இனமக்களை சந்தித்து அவர்களுக்காக சிறப்பு பயிற்சிப்பட்டறை நடத்துவது என முடிவானதுமே காளிதாசுக்கு நான் சொன்னது, நான் பார்க்க விரும்புவது தேயிலைக் காடுகளை அல்ல. மூங்கில் காடுகளையும் நம் மூச்சுக்கு உதவிடும் சோலைகாடுகளையும் என்றேன். அப்படித்தான் இந்த காட்டுப்பயணம் சாத்தியமாயிற்று. காலை 10-4 பட்டறை என்றதும். 4 மணி முதல் நடு இரவு வரை காடு சுற்றல் என்றும் முடிவாயிற்று. இரு நாளும் பெரு மழை இல்லாதிருந்தது இயற்கையின் சிறு கருணை எங்களுக்கு.

கோத்தகிரி கரிக்கையூர் காடுகளில் முதல் நாள் மாலையும் இரவையும் கழித்து இருந்தோம். இன்று மாலை முதுமலை. ஊட்டியில் இருந்து முதுமலைக்கு இரண்டு வழி உள்ளது. 34 ஹார்பின் வளைவுகளுடன் உள்ள கல்லட்டி வழிப்பாதை மிகச்சிறப்பு. ஒரு மணி நேரத்தில் ஊட்டி மசனக்குடி சாலைக்கு, மலையில் இருந்து இறங்கிவிட இயலும். மசனக்குடி சாலைக்குள் நுழைந்துவிட்டாலே பந்திப்பூர் வரை முதுமலைக்காடுகளின் பேரழகுதான். பந்திப்பூர் கர்நாடக மாநிலத்தைச் சேர்ந்தது. முதுமலை சரணாலயத்துக்கு செல்லும் முன்னரே சாலையின் இருபுறமும் பரந்த சமவெளிக்காடுகள் தாம். இப்படியான சமவெளிக்காட்டின் அமைப்புதான். பெரும்பாலான காட்டு விலங்குகளுக்கான நிலப்பிரதேசம்

இளங்காலையிலும் மாலையிலும் இச்சரணாலய வழி செல்வதுதான் அதிக விலங்குகளை பார்க்க வழி. பயணம் திட்டமிடுவோர் இந்த நேரங்களை ஒதுக்க வேண்டும். முதலில் எங்களுக்குத் தென்பட்டது பெரும் எண்ணிக்கையிலான புள்ளிமான் கூட்டம். தாவர உண்ணிகளான அவை கூட்டமாக நிலங்களை மேய்வதே தனி அழகு. கொம்புள்ள ஆண்மான்கள் ஒன்றிரண்டு. பிற அனைத்தும் பெண் மான்கள். நர்சரி பள்ளியில் கும்பலாக ஓடி ஆடும் குழந்தைகள் போலத்தான் புள்ளி மான்களும் துள்ளி ஓடுகின்றன.

புள்ளிகள் எத்தனை அழகோ அதே பேரழகு மானின் கொம்புகள். அதுல உக்காந்து 'குண்டலினியை எழுப்புரேன்னு 'கொஞ்ச பேர், மான் தோலுக்காகவும், "ராஜசுவையாக்கும்" என கறிக்காகவும், "தோ! சுவத்தில மாட்டிருக்கே அது எங்க தாத்தாவே சுட்டதாக்கும்" என

பீத்திக்கொள்வதற்காகவும், என மான் கூட்டத்தை நம் தலைமுறை சூறையாடிக் கொன்று குவித்திருக்கிறது.

உலகில் போதை மருந்து, போர் ஆயுதங்களுக்கு அப்புறம் இன்றைக்கும் பெரு வணிகம் நடப்பது விலங்குகளில் தாம். சீனாதான் இந்த சேட்டையை அதிகம் செய்கிறதாம். இன்றைக்கும் புலிக்கொழுப்பை, புலித்தோலை சீன மருத்துவத்திற்காக பயன்படுத்துகிறார்களாம். அதற்காக பிராய்லர் புலி வளர்க்கிறார்கள் என்றால் பாருங்க..(இந்த செய்தி கேள்விப்பட்ட விஷயம் தான். யாராச்சும் சீனாவில் விசாரித்து சொன்னால் அவர்களுக்கு குழிப்பனியாரம் அனுப்பி வைக்கப்படும்). காண்டாமிருக கொம்பை வேற ‘எதனோடையோ’, பொருத்திப் பார்த்து அதுக்காகவே காண்டாமிருகத்தை அவர்கள் கொன்று குவித்திருக்கின்றார்கள்

உலகில் உள்ள புலிகளில் 75%இந்தியாவில் மட்டும் இருக்கின்றதாம். மொத்தமே உலகில் 3900 சொச்சம் புலிகள். நம் நாட்டில் மட்டுமே 3000 புலிகள் இருக்கிறது என்கிறார்கள். ஆனாலும் வளர்ப்பு பிராய்லர் புலிக்கு பதிலாக நாட்டுப்புலி வேணும்னு சிலர் தேட, இன்னமும் இங்க புலி கடத்த கோஷ்டிகள் திரிவதாகக் கேள்வி.

முதுமலை வன அலுவலகம் சென்று காட்டுக்குள் செல்ல சிறப்பான வாகனம் (6 பேர் உட்காரும் மகேந்திரா ஜீப்- இதற்காகவே வடிவமைத்திருப்பார்கள் போல) மூலம் காட்டுக்குள் கிளம்பினோம். நான் நடு இருக்கையில் உட்கார்ந்து கொண்டேன். முன் சீட்டில் அமரச்சொன்னார்கள். “பின் இருக்கை தான் உயரம். நல்லா பார்க்கலாம்” என்று பொய் சொல்லி உட்கார்ந்து கொண்டேன். “புலி முதல்ல என்னைப்பார்த்து பசியாறிடுச்சுன்னா” என ஒரு குட்டியூண்டு பயம்தான். குருதிப்புனல் படத்துல நாசர் கமல் உரையாடல்தான் நினைவுக்கு வருகிறது. “தைரியம்னா என்ன தெரியுமா? பயமில்லாத மாதிரி நடிக்கிறது”. நான் காட்டுல அப்படித்தான் இரண்டு நாளா நல்லா நடிக்க துவங்கியிருந்தேன்.

காட்டுக்குள் நுழைந்தவுடன் தென்பட்டது இரண்டு பக்கமும் பெரும் கூட்டத்தில் இருந்த காட்டுமாடு (கார் என வடமொழியில் சொல்கின்றனர்). தியோடர் பாஸ்கரன் “காட்டெருது” என எழுதுகிறார். ‘எருது’ என்கிற சொல் ஆண்பாலை குறிக்குமே என்பதால் காட்டுமாடு சரியாக இருக்கும் போல தெரிகிறது. நம் தமிழ் இலக்கியத்தில் வன விலங்குகளுக்கு பறவைகளுக்கு இப்படி நல்ல பல அழகிய தமிழ்ச் சொற்கள் உள்ளன. *Vulture* ஐ பிணம் தின்னும் கழுகு என்கின்றார்கள்.

“செஞ்செவி எருவை” என அக்கால போர்க்களத்தில் திரியும் கழுகுகளை பற்றி பாடியதை ஓசை அகிலாவும் செழியனும் விவரித்தனர்.

காலில் காலுறை அணிந்த சுமோ வீரர்கள் மாதிரி முன் நெற்றித்திமில் புடைக்க நிற்கும் காட்டுமாட்டை கடைசியாக பாகுபலியில் பார்த்த ஞாபகம். நல்லவேளை இன்னும் அதை கட்டி வைத்து பால் கறக்க எத்தனிக்கவில்லை. வாகனத்தின் சத்தம் கேட்டதும், அவை ‘திமு திமு’என பத்தடிகள் ஓடி, அப்புறம் அங்கிருந்து ஸ்டைலா திரும்பி நம்மைப் பார்க்கையில், நமக்கு லைட்டா வயிற்றில் அமிலம் சுரக்கும். சுரந்தது. ‘ஓங்கி வந்து அடிச்சா இல்லை இடிச்சா, நிச்சயம் ஒன்றரை டன் அடிதான்’. ஆனால் அவை தாக்காது. இந்த நோஞ்சான் ஞே மனிதனை ஏளனமாய் பார்த்து சிரிக்கத்தான் செய்யும். வனவிலங்குகள் மனிதனை போல ‘சூது, சூச்சுமம், வக்கிரம்’ எல்லாம் வச்சுப்பதே இல்லை. நீ முதுமலையில் மேயாம பந்திப்பூர் போகணும்னா நீட் பாஸ் பண்ணனும்ங்கிற கட்டாயம் அதுகளுக்கு இல்லையே. அவைகட்கு என உள்ள ஆதி இச்சைக்கு மட்டுமே எல்லாம்.

அப்புறம் சில அடிகளில், சம்பார் மான் எனும் கடமான்கள் . தனி அழகு அவை. புள்ளிமானாட்டம் பெரும் கூட்டமல்ல. “கேட்டட் கம்யூனிட்டியில்” நடமாடும் ‘பர்மிடாஸ் போட்ட தாத்தா’ மாதிரி நாலைந்து நடமாடின. அங்கிருந்து சில மணித்துளிகளில் “மோயார்” நீர்வீழ்ச்சி. தமிழகத்தில் பார்க்கப்படவேண்டிய பெரும்பாலும் நீர்வரத்து உள்ள மிக மிக அழகான நீர்வீழ்ச்சி. சமீபத்திய பெருமழையால், எங்களுக்கு இந்த நீர்வீழ்ச்சியின் சிறப்பு தரிசனம். முதுமலைக்காட்டு மேயார் பள்ளத்தாக்கில் பொங்கி விழும் மேயாறுதான் பந்திப்பூரையும் முதுமலையையும் பிரிக்கின்றது. மசனக்குடியில் துவங்கி பவானிசாகர் அணைக்கட்டு வரை சென்று அங்கு பவானியில் கலக்கிறது”செல்பி எடுத்தல், டிபி செதுக்கல்” போன்ற சம்பிரதாயங்களுக்கான சிறப்பிடம் இது.

அவ்விடத்தைத் தாண்டிப் பயணிக்க பயணிக்க காட்டை இருள் மள மளவென கவ்விக்கொண்டது. கொஞ்ச நேரத்திலேயே கும்மிருட்டு. 10-15 கிமீட்டர் சுற்றியிருப்போம். புலிகள் சிறுத்தைகள் தட்டுப்பட வில்லை. அவைகளுக்கு நாம் கண்டிப்பாய் தட்டுப்பட்டிருப்போம் என்றார் ஊர்தி ஓட்டுனர். ஆனால் சிறுத்தைப்பூனை எனும் குட்டி வனவிலங்கை பார்த்தோம். நாம் முதன்முதலில் இதனை கேள்விப்படுகின்றேன். அவங்க எல்லாமே பூனை புலி குடும்பம்தான். மறுபடி சம்பார் மான்கள். முகாமுக்கு வந்திருந்த கொஞ்சம் யானைகள்.

வன அலுவலகம் வந்து எங்கள் வாகனத்தில் ஏறி மறுபடி கல்லட்டி நோக்கி பயணிக்க துவங்குகையில், வழியில் சாலைக்கு அருகே காட்டுயானைகள். யானைகள் தினம் 20-30 கிமீட்டர் நடப்பன. அதை கோயிலில் சர்க்கசில் அடைத்து வைப்பது என்பது அவற்றிற்கு செய்யும் பெருங்கொடுமை. அதிலும் தயிர்ச்சோறு சக்கரைப்பொங்கல் எல்லாம் சாப்பிட்டு சாப்பிட்டு பல கோயில் யானைக்கு சர்க்கரை வியாதியாம். மெட்பார்மின் இன்சுலின் எல்லாம் அதுகளுக்கும் கூட போகுது என்கின்றார் தெரிந்த கால் நடை மருத்துவர். "ஒண்ணு கோயில் யானையை தினம் 10கிமீட்டர் நடக்க வையுங்க அல்லது காட்டில் விடுங்க" என்கிறார் அவர்.

குண்டாக இருக்கிற எல்லோரும் கான்சர் வர்ற வாய்ப்பு உண்டே, அவ்ளோ குண்டா இருக்கும் யானைக்கு ஏன் கான்சர் வரலை? என ஆராய்ச்சி பண்ணிருக்காங்களாம். கான்சரை தடுக்கும் P53 குரோமோசோம் யானை தன் உடம்புல பல இடத்துல கார்சினோஜன் கண்ணுல படாம ஒளிச்சு பதிவு செய்து வைத்திருக்காம். (நாம கணிணியில், வீட்டுல அம்மணி லேசுல பார்த்திடாத இடத்தில பழைய தோழிகள் படத்தை சேமிச்சு வைக்கிற மாதிரி போல). P53 ஒண்ணு வேலை செய்யலைன்னா யானையின் உடல், அடுத்ததை எடுத்து களத்துல விட்டுருமாம். (மனுஷனுக்கு அந்த சிறப்பம்சம் இல்லை. P-53 எதனாச்சும் கார்சினோஜனால தப்பாயிடுச்சுன்னா புற்று வந்துவிடுகிறது). மனுசனுக்கும் அந்த அம்சத்தை கொண்டு வர முடியுமான்னு ஆராய்கிறார்கள். ஆனால் ஒரு விஷயம்.. யானை தம் அடிக்கிறதில்ல. டாஸ்மாக் போறதோ, பர்கரில் 'டபுள் சீஸ் டபுள் மையோனைஸ்' தடவி சாப்பிடறதில்ல. டிவி சீரியல், வாட்ஸ் அப் எல்லாம் பார்க்கிறதில்ல. ஆனால், மனிதர்?

யானையிடம் புலியிடம் மானிடம் நாம் கற்றுக் கொள்ள ஏராளம் உள்ளன. மிருகக்காட்சி சாலை சென்று அதனை கற்பது கடினம். இப்படி சரணாலயங்களுக்குள் பயணித்துதான் பார்க்க முடியும். மான்களின் கண்ணில் காதலையும், யானையின் சிரிப்பையும், சிறுத்தையின் விளையாட்டையும் கூண்டில் பார்க்க முடியாது. காட்டில்தான் பார்க்க முடியும். நேரம் கிடைக்கும்போது 'மால்' போவதை விடுத்து மலை காடு போகலாம். காடு பாதுகாப்பானது. நாளை நாட்டுக்கு கிளம்பணும். அங்கு பத்திரமாய் பாதுகாப்பாய்...

அந்தமான் நிக்கோபார்.....

"அழகிய நிலப்பரப்பை பூமியில் வரைந்து விட்டு, தூரிகையை உதறிய போது விழுந்த வண்ணத்துளிகள் தாம் அந்தமான் நிக்கோபார் தீவுக்கூட்டம்", என்று எழுதியிருப்பார், அந்தமானின் கவிஞர் தமிழ்ச்செல்வன். அந்த 'கோ ஏர்' விமானம் பெருங்கடல் பரப்பில் இருந்து போர்ட்பிளேயரில் இறங்கும் போது, சன்னலிருக்கை வழி அந்தமானின் தீவுக்கூட்டத்தைப் பார்க்கையில் அப்படியே இருந்தது. ஆங்கிலேயர்கள் மஷ்ரூம் ஐலேண்ட்ஸ் என எழுதியிருப்பார்கள். உண்மைதான். கடலுக்குள் இருந்து எழுந்த கற்தூணில் மேல் அடர்த்தியான மாடித்தோட்டம் போலவும் அழகிய தீவுகள். மொத்தம் 572 தீவுகள். ஆனால் அத்தனையிலும் மனிதரில்லை. 30-35 இல் மட்டும்தான் மனிதர்கள். நீயூசிலாந்தைப் போலவே, 'வடக்கு- நடு -தெற்கு தீவு' என அந்தமானையும், அதற்கு கீழாக கார்னிகோபார் கச்சார் நிகோபார், கார் நிகோபார் க்ரேட் நிகோபார் என பல தீவுகள்.

உலகில் இன்னமும் மிச்சமிருக்கும் ஆதி பழங்குடியினரில் ஓங்கி, சோம்பென், ஜாரவாஸ், செண்ட்டினைல்ஸ், சேம்பென் எனும் பழங்குடியினர் இன்னமும் இங்கு மட்டுமே உள்ளனர். என்ன! வரிசையில் நின்று சீட்டு வாங்கி ஓங்கியையோ, செண்டினைஸஸையோ பார்த்திட முடியாது. நிகோபாரிகள் ஜாரவாஸ் எல்லாம் நம்மோடு கலக்க ஆரம்பித்துவிட்டனர். அந்தமான சாலையில் கடந்த போது சில நிகோபாரிகள், அவங்க பாஷை மாதிரி இருக்கே என நினைத்து, அரபிக்குத்து பார்க்க தியேட்டர் வாசலில் நிற்பதைப் பார்க்க முடிந்தது. (அய்யோ பாவம்!)

ஆனால் ஓங்கி, செண்டினல்ஸ் அப்படி இல்லை. இன்னமும் கூட நெருங்க முடியாதாம். அந்தமானுக்கு மட்டும்தான் கூகுள் வழி டிக்கட் வாங்கி போயிட முடியும். நிகோபாருக்கு செல்ல உள்ளே சிறப்பு அனுமதி வேண்டும். எல்லாம் பழங்குடியினர் வாழும் பாதுகாக்கப்பட்ட

பகுதி. அனுமதி பெறாமல், கடலோரமா நின்று போட்டோ எடுக்கப்போன வெளி நாட்டவர் ஒருவரை, ஒரு சில ஆண்டுக்கு முன்பு தீவின் அடர் வனத்தில் இருந்து அம்பு எய்து கொன்றுவிட்டனராம். நம் நாட்டு சுப்ரீம் கோர்ட்டும் " செண்ட்டினைலை அப்படியே விட்டு விடுங்கள்; இப்ப ரொட்டி கொடுக்கிறேன்; நாளைக்கு அவங்ககிட்ட நூடுல்ஸ் விக்கலாம்னு யாரும் போகக்கூடாது; யாரும் அந்தப்பக்கம்

நடமாடவே கூடாது" என கட்டளை இட்டிருக்கிறது. அங்கே ஒரு அழகிய வனம் நம் மூத்தகுடியால், பாதுகாப்பாய் இயற்கையின் பிரம்மாண்டத்திற்கு சாட்சியாய் கடல் சூழ இன்னமுமிருப்பதில் மனம் நிறைவாய் இருக்கிறது.

"அந்தமானைப்பாருங்கள் அழகு" என சிவாஜி கொடும் வெயிலிலும் கோட் போட்டு ஆடிய போது, நமக்கு ஸ்கூல் வயசு இருக்கலாம். அப்பவே அந்த அழகை கப்பல்ல போய் பார்க்க எனக்கு ஆசை இருந்தது. அதுக்கப்புறம், கல்யாணம் முடிஞ்சு உடனே 'ஹனிமூனுக்கு போலாம்' என ராஜியிடம் சொன்னதாகவும் நினைவு. ஆனால் அப்போதிருந்த 'பெருஞ்செல்வச்செழிப்பில்', பல்லவன் பஸ் ஏறி விஜிபி போய் பெரிய தோசை ஒன்று வாங்கி, பாதி பாதியாய் சாப்பிட்டுவிட்டு திரும்பி வந்த ஞாபகம். அதன் பின் 30-31 நாடுகள் வரை போயிருந்தாலும் நம்ம நாட்டு அந்தமானை நேற்றுத்தான் பார்க்க முடிந்தது.

தரையிறங்கியதும், "மாலைதான் பேச்சு..எங்கயாச்சும் போய் வர்றீங்களா?" என அந்தமான் தமிழ்ச்சங்கத்தினர் அன்பாய்க் கேட்டனர். "நான் பெரும் ஊர்சுற்றி" என அவர்களுக்குத் தெரியாது போலும். "ம்ம். அதுக்கென்ன!, இன்னும் பத்து நிமிசத்தில் ரெடி! என அரக்கபறக்க கொஞ்சம் தொப்பை டைட்டாக தெரிந்தாலும், வயசைக் கொஞ்சூண்டு குறைத்துக் காட்டும் டீசர்ட்டை போட்டுவிட்டு தயாரானேன். டிபி மாற்ற இப்படியான படங்களைப் பயன்படுத்தும் வியாதி சில வருஷங்களாய் இருப்பதாக என் வீட்டம்மா சொல்வாள்!

நான் முதலில் போக விரும்பியது செல்லுலார் ஜெயில். உள்ளே நுழைந்ததும் வாசலின் இருபக்கமும் சுதந்திரத்திற்காக செக்கிழுத்து சவுக்கடி பட்டு உயிர் நீத்த பல தியாகிகளின் படங்களோடு 'எத்தனை ஆண்டுகள் இங்கிருந்தார்கள்,? என்னென்ன தண்டனை கொடுக்கப்பட்டது? என்ற குறிப்புடன் அந்த வளாகம். வயதான அவர்களின் புகைப்படங்கள் சுதந்திரத்திற்குப்பின் அவர்கள் குடும்பத்தாரிடம் பெறப்பெற்று ஒட்டியிருக்கின்றனர். பல தண்டனைகளும் நிரூபிக்கப்பட்ட குற்றமா? சோடிக்கப்பட்ட குற்றமா? என்பது அந்தந்த தலைப்பை பார்க்கையிலேயே தெரிகிறது.." கான்ஸ்பிரசி கேஸ் "என்றுதான் பலவற்றையும் ஒட்டியிருக்கின்றார்கள். மகாவீர் சிங், வங்காள கோஷ், க்ஷேர் அலி அஃப்ரிடி முதல் வீர் சவர்க்கார் வரை நமக்குத் தெரிந்த சுதந்திரப் போராட்ட வீரர்கள் வரலாறு அங்கே உள்ளது.

அந்த காலரியைத் தாண்டி உள்ளே செல்கையில் நம்மை வழிகாட்டி முதலில் அழைத்துக்கொண்டு காண்பித்த இடம் தூக்கு கொலைக்களம். “அங்க பாருங்க..சட்டுனு உயிர் போற மாதிரி இங்கிலீஷ்காரன், கயத்துல இருப்பு வளையம் எல்லாம் வச்சிருக்கான்”என்றார். எனக்கு கழுத்தை யாரோ இறுக்கியது போன்றது. “கீழ வாங்க, உடம்பு இங்க தான் தொங்கும்” என கொலைக்களத்தின் கீழ் தரையை காட்டினார். என் சுதந்திர மூச்சுக்காக எத்தனை உள்ளங்கள் மூச்சினை அங்கு நிறுத்தியிருக்கும் என மனசு பதைபதைத்தது.

செல்லுலார் ஜெயில் ஏழு நீண்ட அரண் போன்ற கட்டிடங்கள், மத்தியில் உயரமான கண்காணிப்பு காலரி என நிர்மாணிக்கப்பட்டு இருந்திருக்கின்றது . இப்போது அதில் முன்று அரண்கள் மட்டும். மொத்தமாய் கிட்டத்தட்ட 698 அறைகள் இருந்திருக்கின்றன. ஒவ்வொரு செல்லும் கிட்டத்தட்ட 14 x 8 அடி நீள அகலத்திலும் உயரே ஒரு ஜன்னல், முன்னே சாப்பாடு கொடுக்க ஒரு பொந்து போன்ற பகுதி என அமைக்கப்பட்டு, மலம் சிறுநீர்க் கழிக்க ஒரு தட்டு, உணவருந்த ஒரு தட்டு என கொடுத்திருக்கின்றார்கள். இந்த அறைக்குள் ஆயிரக்கணக்கானோர் 15-20 ஆண்டுகளாய் அடைபட்டு, தினம் சவுக்கடி வாங்கி, செக்கெண்ணெய் ஆட்டி, சணல் திரித்து சுதந்திரம் வாங்கித் தந்துள்ளார்கள். 698 அறையிலும் ஒரு அறையிலிருப்பவர் இன்னொருவரிடம் பேசவே முடியாது. கூடவே நிறக மட்டுமே முடியும் சங்கிலிப் பிணை, ஒரு அடி அடியாக நகர கூடிய சங்கிலி பிணை, மெல்ல நடக்கக்கூடிய சங்கிலி பிணையுடன் பகலில் வைத்திருக்கின்றனர்.

இப்படி வலியும் வேதனையும் உயிரும் கொடுத்து பெற்ற சுதந்திர இந்தியாவில் இப்போது, “அங்க கையெழுத்தா சில ஆயிரம் இங்க போடணுமா ? சில இலட்சம்”, என கேட்கும் அரசியல்வாதிகளையும், கூடவே ஓட்டுக்கு 2000 வாங்கும் நம்மில் பலரையும் ஒருதபா சிறப்பு விருந்தினராய் வைத்து செக்காட்டி சவுக்கடி கொடுத்தால் எப்படி இருக்கும்? என மனம் ஆசைப்பட்டது.

செல்லுலார் ஜெயில் இப்போது தேசிய பாதுகாப்பு மரபுச்சின்னமாக மிக கவனமாக புதுப்பிக்கப்பட்டு நிர்வகிக்கப்படுகிறது. மாலையில் நடைபெறும் ஒலி ஒளிக்காட்சி இத்தீவில் மிகப்பிரசித்தி பெற்றது. பெரும் கூட்டம். அங்கு காலகாலமாய் இருந்து வரும் மரம் ஒன்று, மரணங்களின் வலிகளின் சாட்சியாக நின்று பேசுவதாக

வடிவமைத்திருக்கின்றார்கள். மொத்த ஒலி ஒளிகாட்சியும் இப்போது வீர சவர்க்காரை மட்டுமே சுற்றி சுற்றி வடிவமைக்கப்பட்டிருந்தது.

காலாபாணி (தமிழில் சிறைச்சாலை) திரைப்படம் இந்த கொடூரமான சிறை வாழ்வை, அதன் வரலாற்றை மையமாக வைத்து புனையப்பட்ட கதை. செல்லுலார் ஜெயிலில் இருந்த ஒவ்வொரு

மணித்துளியும், அந்த திரைப்படத்தின் மோகன்லாலும் பிரபுவும் அம்ரீஷ் பூரியும் நினைவில் வந்துகொண்டே இருந்தார்கள். இப்போது ராசாக்குட்டியையும் செங்கேணியையும் நீதிபதி சந்துருவும் ஜெய்பீம் திரைப்படத்தின் மூலம், மூளையில் ஆணி அடித்தது போல், இருப்பது போல, காலாபாணி ஒரு காலம் கடந்து நிற்கும் காவியம். அவ்வப்போதேனும் இப்படியான திரைப்படங்கள் அறம் சொல்லும் ஆவணங்களாக காய்ப்பு உவப்பின்றி அழகியலுடன் வந்தே ஆக வேண்டும்.

சிறையை விட்டு வெளியே வந்ததும், மனம் பித்துபிடித் தாற்போல்தான் இருந்தது. கூட வந்த விதையோகனாதன், “சார்! நம்மாழ்வரும் நானும் இங்கே வந்திருந்தோம். அவர் அன்றைக்கு பூராவும் சாப்பிடவே இல்லை” என்றார். எனக்கும் அப்படித்தான் இருந்தது.

நாளை அந்தமானின் கடலும் கடற்கரையும் தீவுக்குள் இன்னமும் ஒட்டி நிற்கும் வெள்ளைக்காரக் கட்டடங்களின் மிச்சங்களில் விரியும் வரலாற்றையும் பார்க்கலாம்!

ரோஸ் தீவுகள். அந்தமான் தீவுக்கூட்டத்தில் ஆங்கிலேயர் குடியிருந்த கோட்டைகள் நிறைந்த வளாகம். 1942க்குப் பின் அவர்கள் அத்தீவை அப்படியே போட்டுவிட்டுக் கிளம்ப, இரண்டாம் உலகப் போரில், ஜப்பானியர் சிதைத்தது போக, மீதிமட்டும் சிதிலங்களாய் அப்படியே நிற்கிறது. இத்தீவுக்குச் செல்ல, போர்ட் பிளேயரில் இருந்து அந்தமான் கடலில், 45 நிமிட படகுப் பயணம். உடைந்த கட்டடங்கள் எல்லாம், நெடிதுயர்ந்த படாக் மரங்கள் பற்றி நிற்க, அந்த தீவைச்சுற்றி நடக்கையில், ஆங்கிலேயரின் அதிமேதாவித்தனமும், ஆதிக்கத்திமிரும், கேளிக்கையும் அவர்களின் பூட்ஸ் ஒலிகளோடு இப்போதும் காதுக்குள் கேட்க முடிகின்றது. ஈவு இரக்கமற்றும் உச்ச பரவசத்தோடும் இங்கே அவர்கள் ஆண்ட நாட்களின் சுவடுகள் இன்னமும் செம்மண் ஊடே குருதிவாசத்துடன் ஒட்டியிருக்கின்றது.

இத்தாலிய மதுவைக் கிண்ணத்தில் ஏந்திக்கொண்டு, படாக் இருக்கையில் அமர்ந்து கொண்டு, சுற்றிலும் பதிக்கப்பட்டிருந்த பெல்ஜியம் கண்ணாடிகளில், கடத்தி வந்த இந்தியப் பெண்களின் நடனத்தை ரசித்திருந்ததாய் எங்களின் வழிகாட்டி சொல்லும்போது, அவருக்கும் சரி, கேட்கும்போது எங்களுக்கும் சரி ரொம்பவே வலித்தது. தீவின் ஓரத்தில், கடலை ஒட்டிய நீச்சல்குளம், அதற்கு ஒட்டியபடி அவர்கள் ரொட்டி தின்றிட பேக்கரி, அதற்கடுத்து ராணுவ

செயலகம், செயலகத்துக்கு எதிரே டென்னிஸ் மையம், உயரே ஒரு நெடுவான சர்ச், மையத்தில் மருத்துவமனை, ஓரத்தில் கல்லறை என ரோஸ் தீவு, முழுமையும் அன்றே அனைத்து வசதிகளுடன் நிர்மாணிக்கப்பட்டுள்ளது. இப்போது அங்கே கொஞ்சம் மான்களும், அந்த உடைந்த கட்டடங்களை விக்கித்துப் பார்த்து நிற்கும் சுற்றுலா பயணிகளும் மட்டும். தீவு முழுமையும் நம் ராணுவ கட்டுப்பாட்டில்! இப்போது ரோஸ் தீவின் பெயர் நேதாஜி சுபாஷ் சந்திர போஸ் தீவு.

கொளுத்தும் வெயிலில் மூச்சிரைக்க அந்த தீவை சுற்றிவரும் போது, மனசு என்னவோ அன்றைய அடிமை வாழ்வை அசை போட்டுக்கொண்டே தான் இருந்தது. அவர்கள் அன்றைக்குப் பயந்ததும் இறந்ததும் அந்தமானின் மலேரியாவுக்கு மட்டும்தான். இன்றைக்கும் அங்கு வலுவாக இருக்கும் கட்டிடங்களை அந்தமானின் செம்மண், தமிழகத்து சர்க்கரை, நிக்கோபார் கடற்கரையின் சுண்ணாம்புச் சிப்பி, கார்னிகோபார் படாக் மரம் தரங்கம்பாடி இரும்பாலை ஆணிகளைக் கொண்டே கட்டி எழுப்பியுள்ளனர். கட்டிட பணியாளர் மொத்தமும் இந்திய அடிமைகள் தாம். அந்தப்பணியில் இருக்கையில், மலேரியாவில் துன்புற்ற அவர்களுக்கு கோட்டை மருத்துவமனையில் மருத்துவம் அளிக்கப்பட மாட்டாதாம். அவசியப்படில், பாதிப்புற்ற பூர்வகுடியினரைச் சுட்டுக்கொன்றும், பொதுச் சுகாதாரத்தை பேணுவர் என்கின்றார்கள்.

கிளாமிடா மோனசில் இருந்து சிம்பன்ஸி வரை பேரரசுகள் அமைக்க, தான் கும்பிடும் சாமியைக் கும்பிடாத தன் சக உயிரியையே சீண்டியதாய் கொன்று குவித்ததாய் அடையாளம் தெரியவில்லை. ஈழத்திலிருந்து உக்ரேன் வரை நாம் மட்டும் உலகின் மகாமட்டமான விலங்கினங்களாய் இன்னமும்!

ரோஸ் தீவில் இருந்து வெளியேறி, மறுபடி படகில் ஏறி நார்த் பே தீவை நோக்கி நாம் செல்ல, நாலப்பக்கமும் தீவுக்கூட்டம். ஆங்காங்கே சொகுசு கப்பல்கள், அந்தமான் கோஸ்ட் கார்டு கப்பல் என கடலில் அழகழகாய். சொகுசு கப்பல் அதிகம் இங்கே வருவது ஹாவ்லாக் கடற்கரை எனும் உலகின் மிக அழகிய கடற்கரையினைக் காண, விடுதிகளில் தங்கிச் செல்லத்தான். இந்த ஹாவ்லாக் தீவின் ராதா கடற்கரை உலகின் மிகப் பிரசத்தி பெற்ற சுற்றுலா தளம். செஷல்ஸ் தீவினைப் போல மிக மிக ரம்மியமான கடலையும் வெண்மணலையும் கொண்ட அழகிய தீவு இது.

இந்திய ராணுவம் கடலில் அதிகம் புழங்கும் இடங்களில் ஒன்று இத்தீவுக்கூட்டம். முப்படையும் இங்கே சுற்றி சுற்றி இருக்கின்றன. இக்கடலின் அடியே ஏராளமாய் பவளப்பாறைகளும் பல வண்ண வண்ண மீன்களும் இருப்பதால் பாதி நீர்மூழ்கிக் கப்பல்கள் *(Semisubmarine)* சுற்றுலாவிற்கென அதிகம் இங்கே பயணிக்கின்றன. இந்தக்கப்பலின் மேலே இந்தி ஹாலிவுட் பாடல்கள் JBL ஸ்பீக்கர்களில் சத்தமாய் ஒலிக்க, அதற்கு ஹனிமூன் இளசுகளும், போன வருஷம் கேட்ராக்ட் ஆபரேஷன் செய்த பழசுகளும் ஆடிக்கொண்டு வருகின்றனர். நான் சமத்தாய் அங்கே விற்பனை செய்யப்படும் இஞ்சி ஆரஞ்சு மொஜிட்டோ வாங்கி உறிஞ்சிக்கொண்டு ஆட்டத்தை ரசித்து வந்தேன்.

கப்பலின் தரைத்தளத்துக்கு கீழே படியிறங்கி அடித்தளத்திற்கு போனால், அங்குள்ள கண்ணாடி வழியாக அழகிய பல வண்ண மீன்கள் அடிக்கடலில் உலா வருவதை ரசிக்க முடிகிறது. “எப்படிடா சொல்லி வச்ச மாதிரி கரெக்டா இவ்ளோ மீன்கூட்டம் வருது?” என பார்த்தால் மேலே இருந்து கப்பல் சிப்பந்தி, சிக்கன் தூள் சங்கதிகளை போடுவது தெரிகிறது. அந்த சாப்பாட்டுக்காக, பரிதாபமாக, பல ஆயிரம் “குட்டி வரிக்குதிரை மீன்கள் *(zebra fishes)*”, வருவதை கண்ணாடி வழியே பார்த்து, கப்பலுக்குள் கண்ணாடிக்குள் இருக்கும் விலங்குகள் கைதட்டி ஆர்ப்பரிக்கின்றனர்.

“நார்த் பே” கடற்கரையில், ஸ்கூபா டைவிங் சங்கதிகள், வாட்டர் ஸ்போர்ட்ஸ், விண்ணில் பலூனில் பறக்கும் சாகசங்கள் எல்லாம் இருக்கின்றன. இனி நாமெல்லாம், வாயில் ஸ்பூனைக் கவ்விக்கொண்டு, அதில் எலுமிச்சம் பழம் விழாமல் வைத்து நடக்கும் போட்டியில் மட்டுமே (அதுவும் வெர்டிகோ, ஸ்பானிடிலோஸிஸ் இல்லாதிருந்தால்) கலந்து கொள்ள முடியும் என்பதால், போட்டோ மட்டும் எடுத்துக் கொண்டு நகர்ந்தேன். இலங்கையில் ஒருமுறை திரிகோணமலை பகுதியில் அங்கிருந்து ஒரு தீவுக்கு பேய் வேகத்தில் படகில் போய், ஸ்கூபாவுக்கு உள்ளிறங்கிய அனுபவம் எனக்கு உண்டு. பாதி கடலுக்குள் நடந்தபின், முங்கு நீச்சல் போடச் சொன்னார்கள்.

“ஹலோ நீச்சலே தெரியாது. முங்கவா? என நான் கோவமாய் முனங்க, “சார் அப்டியே பாறை மேல ஏறி நீங்க உட்காருங்க;” எனச் சொல்லிவிட்டு மத்த கூட்டம் நடந்து உள்ளே போனது இன்னும் எனக்கு பசுமையாய் இருக்கிறது. இன்னுமே நீச்சல் படிக்காததால், நெட்பிளிக்ஸில் மட்டும் அண்டர் வாட்டர் மீன்களை பார்த்து, ஆசுவாசப்படுத்திக் கொள்கிறேன்.

நார்த் பேயில் இருந்து மறுபடி போர்ட் பிளேயர் கடற்கரைக்கு அதே படகில். மாலையில் இந்ததீவின் இன்னொரு மூலையில் உள்ள சிடியாடபு பீச். அது கடல் உள்ளேயும் வெளியேயும் வந்து போகும் கடற்கரை. உள்வரும் கடலை ஆற்றுப்படுத்தும் கடலாத் திக்காடுகள் அந்த மலை அடிவாரம் முழுமையும். இப்படியான காடுகள் கொஞ்சம் 2004 சுனாமி பேரழிவில் இருந்து அந்தமானைக் காப்பாற்றியிருக்கின்றன. கொஞ்சம் தான். நிறைய உயிரிழப்புகள் இங்கு நடந்திருக்கின்றன. முழுமையாய் அந்தமானின் பேரலையைப் பற்றி படிக்க வேண்டுமானால், ஆழிப்பேரலையில் ஐந்து நாட்கள் எனும் தமிழ்ச்செல்வனின் நூலைப் படிக்க வேண்டும். சமீபத்தில் நான் படித்துச் சிலிர்த்த நூல் இது. 'வலியில் உழன்றவர் வலியைப்பற்றி' எழுதும்போது தான் நமக்கும் வலிக்க வைக்கும் என்பதை உணர்த்தும் நூல் அது. சுனாமியில் கட்டிய துணியுடன் பேரலைகளைப் பார்த்து, தீவின் நாலாபக்கமும் ஓடி ஓடிப் பிழைத்தவர் தமிழ்ச்செல்வன்.

அந்தமான் தீவுக்கூட்டம், இந்தியாவின் சூழலியல் பன்முகத் தன்மையில் மிக முக்கிய தீவுக்கூட்டம். மளமளவென சுற்றுலா தளங்கள் பெருகும் ஏற்பாடுகள் தெரிகிறது. பன்னாட்டு விமான நிலையம் கட்டிக் கொண்டிருக்கின்றனர். இங்கிருந்து 40 நிமிடத்தில் தாய்லாந்தின் புக்கட் தீவுக்கு போக முடியும் என்கிறார்கள். "எல்லாம் சரிதான். நான் இனி முன்பு போல் பறக்க முடியுமா? காட்டுக்குள் பாண்டன் கனியைச் சுவைக்க முடியுமா? நெடிதுயர்ந்த படாக்கில் கூடு கட்ட முடியுமா? "என தேன்சிட்டுவை விட குட்டியாக இருந்த ஒரு அந்தமான் பறவை சத்தமாய் வானில் கீச் கீச் என அதன் மொழியில் கேட்டுக் கொண்டே இருந்தது. நானும் இன்னொரு பறவையாய் கிழக்கிலிருந்து மேற்காய் சென்னை நோக்கி பறக்கலானேன்.

தாமிரவருணிக்கரையில் இருந்து தேம்ஸ் நதிக்கரைக்கு

கரோனா காலத்திற்கு முன்னர் கடைசியாய் பயணித்தது இங்கிலாந்திற்குத்தான். தேம்ஸ் நதிக்கரையில் தேநீர் அருந்தி, க்யூ தோட்டத்தில் நெடுந்தொலைவு நடந்து, உலகின் பல தாவரத்தை பார்த்து மகிழ்ந்தமைக்குத் தான் கடைசியாய் வெளி நாட்டுக்குப் பறந்தது. கரோனாவின் விரிசலில், உலகம் தன்னை மூடிக்கொண்டதும், மழையில் நனையும் காகத்தின் சிறகுகள் போல் என் இறகுகளும் சுருங்கிப்போயின.

எல்லாம் கடந்து தானே போகும். ஆம்! கடந்து போனதா? முடிந்து போனதா? தெரியவில்லை. என் சிறகுகள் மட்டும் உலர்ந்து விட்டன. புது உற்சாகத்தோடு, படபடவென நெஞ்சோடு சேர்த்து அடிக்கத் துவங்கிவிட்டன. இப்போது மெல்லத் தரையை விட்டெழும்பி, வானம்பார்த்து என்னை உயர்த்துகின்றன. உயரப் பறத்தலுக்கும் உன்னை அறிதலுக்கும் பயணங்கள் தானே பைபிள்.

அடுத்தநாள் மே 9 அன்று இங்கிலாந்து லிவர்பூலில் தமிழ் மக்கள் குழுமத்தில் உடல்நலம், உணவு குறித்த உரையாடல் திட்டமிடப் பட்டுள்ளது. மொத்தத்தில் இந்தமுறை பயணம் சித்த மருத்துவத்துறையில் உலகத்தர ஆய்வு, ஒருங்கிணைந்த மருத்துவ முன்னெடுப்பு என பல நெடுநாள் கனவுகளை செயல்படுத்தும் திட்டங்களைத் துவங்கும் பணிக்கான பயணம். தமிழின் துணையோடு, தாமிரவருணிக்கரையில் இருந்து தேம்ஸ் நதிக்கரைக்கு!

எனக்கு எப்போதுமே பயணங்கள் தாம் ஊக்க பானம். சொல்லப் போனால் ஒரு போதையும் கூட. உலகின் பல நிலங்களை, நதிகளை, நாகரீகங்களை கடந்து பயணிக்கும் வாழ்வை இப்பிறப்பு எனக்கு கொடுத்துள்ளது. "அவன் இழுப்பான்; சாகப்போறான்; அவனை அனுப்பவேண்டாம்" என குடும்பமே பயந்த போது, 1983 ம்

ஆண்டு டிசம்பர் குளிரில் பீகார் புத்தகயாவிற்கு என் அம்மா என்னை அனுப்பியிருக்காவிடில், "இப்பயணப்பித்து" எனக்கு இருந்திருக்காது. அவள்தான் என்னை பயணிக்க வைத்தவள். உலகைக் கொஞ்சம் உற்றுப்பார்க்க கற்றுத்தந்தவள். தைரியமாகக் கடக்கவும் கைப்பிடித்து விட்டவள்.

பாளையங்கோட்டையில் இருந்து 5கிமீட்டர் தொலைவில் உள்ள பெருமாள்புரத்திற்கு, 400 கிமீட்டர் தொலைவில் உள்ள நாமக்கல் வழியாக பயணிக்க வைத்த காதலும், என் பயணப்பித்திற்கு இன்னொரு காரணம். என் ஒவ்வொரு பயணத்திற்கும் அவளிடம் பயம் உண்டு. "கண்டிப்பா போகணுமா?" எனும் அக்கறைக் கேள்வியும், "ஆமா போயே ஆகணும்" என்கிற என் பொய்ப் பதிலும் இல்லாமல் அனேகமாக எந்தப் பயணமும் இருந்ததில்லை.

அவள் முகத்தில் பயத்தில் கூடுதலாய் கோபமும் தெரியும். ஒரு நாள் என் மகள்தான் சொல்லிக் கொடுத்தாள். "அப்பா அது கோவம் இல்லை. பயம் . அம்மாவுக்கு லைட்டா ஒரு சிக்கல் உண்டு. பயத்தை கோவமா மட்டுமே வெளிப்படுத்துவாள். நீங்க ஏன் டென்ஷனாகிறீங்க.. போய்ட்டு வாங்க" என அவள்தான் புரிய வைத்தாள். இம்முறையும் கூட. மகளைப் பெற்றவர்கள் எப்போதும் பாக்கியவான்கள். வயசாகி மூளை கொஞ்சம் மழுங்குகையில், மகள் வழிகாட்டும் வாய்ப்பினைப் பெற்ற தகப்பன்கள் கொடுத்து வைத்தவர்கள்.

இன்றும் இப்போதும் தேம்ஸ் நதியின் குறுக்கே நிற்கின்றேன். நேற்று டவர் பிரிட்ஜில் நடுவே. இன்று எம்பேங்க்மண்ட் ஹங்கர்போர்டு பிரிட்ஜ் நடுவே. தேம்ஸ் நதி ஒரு "பீடு நடைபோடும் பக்கிங்ஹாம் போலீஸ்" மாதிரி, அல்லது ஸ்பானிஷ் காளைச்சண்டை பந்தயத்தில், திமிறிவரும் கருப்புக்காளை போலவே எனக்குத் தோன்றும். ஆனால் கல்லிடைக்குறிச்சி தாமிரவருணி நதி அப்படியல்ல. கழுத்தைச் சுற்றி கைகளைக் கோர்க்கும் மெலிந்த காதலி போல. தேம்ஸ் மதர்ப்பும் ஆளுமையும் கொண்ட பெண்மாதிரி. சினிமா மொழியில், தாமிரவருணி நதி "மௌனராகம்" ரேவதி போல; தேம்ஸ் "பாகுபலி" அனுஷ்கா போல.

பல நாட்டு மக்களின் குருதி கலந்து ஓடிய நதிதான் தேம்ஸ். டவர் பிரிட்ஜ் மேலிருந்து கொஞ்ச நேரம் நதியையே பார்த்திருந்தால், நிறைய ஓலங்களும் தடித்த பூட்ஸ் காலணிகளின் தட தட சத்தமும் கூட கேட்கும். இப்போதும் அது கூடுதல் உப்புக்கரிப்பதற்கான காரணம் கடலல்ல. எம் ஈழமக்களின் கண்ணீர் இப்போதும் கூட அங்கே அதிகம் கழுவப்படுவதாலும் தான். வலியுடன் கதறிய காலத்திலெல்லாம், சத்தமாய்க் கூப்பிட்டால்கூட கேட்கும் தூரத்தில் உள்ள தமிழகம், அனுமதி மறுத்தபோது, கொடுங்குளிரிலும் தஞ்சம் கொடுத்தது இங்கிலாந்துதான். அதனாலேயே இங்கு தங்கிவிட்ட ஈழ மக்கள் ஏராளம்.

டாக்டர்.கு.சிவராமன் | 29

இன்றும் "நாளை நிகழ்விற்கு நீங்க ஊபரில் போக வேண்டாம். காலையில் நான் வந்து அழைத்துச் செல்கிறேன் ஐயா", என 30 மைல்கள் பயணித்து வந்த ஈழத்து சகோதரி, சிற்றுந்தில் பயணிக்கையிலேயே, கொடுத்த வரகரிசி பொங்கலும் சம்பலும் எனக்கு உண்மையில் வரலாறு காணாத ருசி. அதிகாலையில் எழுந்து எனக்காக, என்

எழுத்துக்காக, அதைக் கொடுத்த தமிழுக்காக, தந்த அந்த விருந்து அப்படி ஒரு சுவை. உலகெல்லாம் பல வீட்டுச் சகோதரிகள் எனக்கு சமைத்துக் கொடுத்துள்ளார்கள். உலக வரைபடத்தின் இடமூலையில் உள்ள நியூசிலாந்தின் ஆக்லாந்தில் இருந்து, வல மூலை கனடாவின் வடகோடி எட்மண்டன் வரை சோறுதின்ன தின்னிப்பண்டாரம் அனேகமாக நானாகத்தான் இருப்பேன்.

இன்று கூட மதிய உரையும் நிகழ்வும் முடிந்தததும், "அண்ணா! பேச்சின் நடுவே ஆப்பமும் தேங்காபாலும் பிடிக்கும் என்று சொன்னீர்களே! அதான் வாங்கி வந்தேன். பசியாறுங்கோ " என தந்த ராஜ்குமார், 5 வயதிலும் 11 வயதிலும் இலங்கையின் இனப்படுகொலைகளின் ஊடாக பயந்து வாழ்ந்து பின் தப்பி ஓடி இன்று ஏராளமான ஈழத்தமிழ் நெஞ்சங்களுக்கு வரலாறு, திறன்மேலாண்மை கற்றுத்தருபவர்.

'சித்த மருத்துவம் ஒருங்கிணைந்த மருத்துவம்' என இன்று நடத்திய அரங்கில், 4 மூத்த ஆங்கில மருத்துவர்கள். நிகழ்வை ஒருங்கிணைத்து நடத்தியவர் கூட ஒரு மருத்துவ மாணவி. "ஐயா! உங்கள் நிகழ்வு பல திறவுகளை எனக்கு கொடுத்துள்ளது. நாம் நிறைய ஒருங்கிணைந்த ஆய்வை கொண்டு செல்லலாம். எங்கள் மருத்துவக்கல்லூரி மாணவர்க்கான பயிற்சி மேம்பாட்டு குழுமத்துக்கு கூட நாங்கள் 'சித்தம்' என்றுதான் பெயரிட்டுள்ளோம்" என்றார்.

"லிவர்பூலுக்கு இரயிலுக்கு இன்னும் மூணுமணி நேரம் உள்ளது. எங்கு செல்லலாம்?" என நண்பர் கேட்டார். நாம் "தேம்ஸ்". என்றேன். "மறுபடியுமா?" என்றார். 3 மைல்கள் தேம்ஸ் நதிக்கரையில் நடந்தேன். PRET கடையில் 3 பவுண்டுக்கு ஆர்கானிக் காபி வாங்கிக் கொண்டு நாங்கள் நடந்தோம். ஞாயிறென்பதால் கரையெங்கும் நிறைய கூட்டம். ஒருவர் கூட முக உறை அணியவில்லை. நானும் கூட. எனக்கென்னவோ கரோனாவும் அந்த நதியில் கரைந்து செல்வதாகவே பட்டது. கரைந்து போகட்டுமே. எத்தனை வரலாற்றையும் வலியையும் கரைத்து போகும் நதி... கரைக்கட்டுமே இதையும்!

ஃபெட்னா...

மறுபடி அமெரிக்க பயணம். மூன்றாவது முறையாக, ஃபெட்னா எனும் வட அமெரிக்கத் தமிழ்ச் சங்கப் பேரவை பெருவிழாச் சங்கமத்தில் கலந்து கொள்கிறேன். இம்முறை பேரவை நிகழ்வில், தனி அமர்வாக தமிழ் சித்த ஒருங்கிணைந்த மருத்துவக் கருத்தரங்கு நடைபெறுகின்றது. அமெரிக்காவின் பல நவீன மருத்துவ விஞ்ஞானிகளும், மருத்துவர்களும், சித்தயோக ஆய்வாளர்களும் கூடவே மணிப்பால் பல்கலைக்கழக ஆய்வறிஞர் சித்த மருத்துவர் அருள் அமுதன், இந்திய நலவாழ்வு நல்லற தலைமை சித்த மருத்துவர் செல்வ சண்முகம் இவர்களுடன் நானும் உரையாற்றுகின்றேன்.

சித்த மருத்துவத்தில் ஆய்வு, தர நிர்ணயம் அதன் பல கூறுகளை அறிவியல் தரவுகளுடன் உலகிற்கு உரக்கச் சொல்வதும் அமெரிக்காவில் பயிலும் நவீன மருத்துவ மாணவரிடையே அங்கு ஆய்வு செய்யும் அறிவியல் அறிஞர்களிடையே எடுத்துச்செல்லவும் இந்த அமர்வு வட அமெரிக்கப் பேரவையால் மிகச்சிறப்பாக வடிவமைக்கப்பட்டு, ஒழுங்கு செய்யப்பட்டுள்ளது.

இம்முறை வட அமெரிக்கப் பேரவை நிகழ்வு நியூயார்க் நகரில் ஜூலை 1,2,3 தேதிகளில் நிகழ்கின்றது. அதன் பின்னர் பிலடெஃபியா நகரில் இயங்கும் மருத்துவ உணவகத்தின் கலந்துரையாடல், அங்கிருந்து அமெரிக்காவின் தென் ஓரத்து அரிசோனா மாநிலத்தின் ஃபீனிக்ஸ் நகரில், என்னை முதன்முதலாய் அமெரிக்காவுக்கு அழைத்த நுண்ணுயிரியல் பேராசிரியர் ராஜ் மற்றும் நண்பர்களுடன் உரையாடலும் பயணங்களும், அடுத்ததாய் வாஷிங்டன் நகரில் இயங்கி வரும் ஸ்ரீபக்த ஆஞ்சனேயா கோயில் ஜூலை 10அன்று நடத்தும் சித்த மருத்துவ நலவாழ்வியல் கருத்தரங்கு, அதன் பின்னர் சவுத் கரோலினா மாநிலத்தில் சார்ல்ஸ்டன் நகரில் ஜூலை 13,14 இல் அங்கு பல்கலைக்கழகத்தில் உரை, இறுதியாக ஜூலை 16 அன்று கலிபோர்னியா மாநில பே பகுதி தமிழ்ச்சங்கம் நடத்தும் கருத்தரங்கில் உரை என இப்பயணம் முழுக்க கருத்தரங்குகள், கலந்துரையாடல்கள் கூடவே கொஞ்சம் ஊர்சுற்றலும் என திட்டமிடப்பட்டுள்ளேன்.

பயணங்களும், அறிவுப்பகிர்தலும், செறிவான உரையாடலும் எப்போதுமே புதிய வெளிச்சங்களைக் காட்டி, கூடுதல் புரிதல்களைக் கொடுத்து, நம்மை உத்வேகத்துடன் நகர்த்தும்! நகர்வோம் நம்பிக்கைகளுடன்.

அந்த கப்பல் போன்ற உலகின் மிகப்பெரிய A380 எமிரேட்ஸ் விமானம் வந்திறங்கியது ஹட்சன் நதிக்கரையின் நியூயார்க் நகரம்.2002 இலும் சரி 2022 இலும் சரி இமிகிரேஷனில் அதே கேள்விகள். "ஏன் வந்திருக்க? சித்தா என்றால் என்ன? எப்ப திரும்பிப் போவ? என்னல்லாம் இங்க செய்யப்போற?" "*Oh! Are you a Siddha Physician? Is it the system which has kabasura kudineer?* "என்று வியந்து தோளைக் குலுக்கிக் கேட்கும் வாய்ப்பு இப்போதும் கூட அங்கு வரவில்லை. ஆனால் வரும் வந்துவிடும் என்கிற நம்பிக்கையை இந்த ஃபெட்னா வட அமெரிக்க தமிழர் பேரவை நம்பிக்கை ஊட்டும் விதமாக நிச்சயமாக இருந்தது.

ஃபெட்னா ஒரு மாபெரும் தமிழ்த் திருவிழா! அவ்வளவு சத்தமாக குடும்பத்து ஆணும்பெண்ணும் சாதி மத பேதமின்றி அடிக்கும்

கும்மியை, பறை இசையை தமிழகத்தில் எங்கும் இப்போதைக்குக் கேட்க முடியாது. இராவணனை துதித்து "அன்பே சிவம்" என தமிழ்ப்பெண் குழந்தைகள், பரத நாட்டிய நடனமாடுவதைப் பார்க்க முடியாது. 80களில் கட்டிப் போட்டு வைத்த அப்துல் ஹமீதின் குரலை இன்றைக்கும் கேட்க வைத்த நிகழ்வு, "1% மக்கள்தொகை எங்களது. ஆனால் நாங்கள் சம்பாதிப்பது கிட்டத்தட்ட 200பில்லியன் டாலர் (1 பில்லியன் 7800 கோடிக்கு கொஞ்சம் கூட) என வணிக அரங்கில் ஒரு தமிழனின் குரல் உயர உயரக் கேட்பது இங்கு மட்டும்தான். "குறளைப் பாடுகிறோம்; சங்கத்தை ஆங்கிலத்தில் பேச வைக்கிறோம்; சாமையை கேழ்வரகை கீயூனோவுக்கு போட்டியாக களம் இறக்கியிருக்கிறோம்" என இப்பெருவிழாவின் ஒவ்வொரு நகர்வும் நம்மை உசுப்பிவிடும்.

பக்க அமர்வாக, பேரவை நிகழ்வின் முதல் முறையாக தமிழ் ஒருங்கிணைந்த மருத்துவக் கருத்தரங்கு இந்தமுறை. ஒட்டிய இன்னொரு அறையில், நவீன மருத்துவத்திற்கான கருத்தரங்கு. தமிழ் ஒருங்கிணைந்த கருத்தரங்கில் அமெரிக்க மருத்துவப் பல்கலைக்கழகங்களில் இருந்து பல மருத்துவர்களும் சில மருத்துவ மாணவர்களும் அமெரிக்கவாழ் ஆர்வலர்களும் என கலந்து கிட்டத்தட்ட மூன்றரை மணி நேரம் 9 மருத்துவர்களுடன் உரையாடலும் விவாதங்களும் என மிகச்சிறப்பாக நடைபெற்றது. அங்கே எல்லோருக்கும் கரோனா வந்துபோயுள்ளது. அனேகமாக எல்லோரும் கபசுரக் குடிநீர் காய்ச்சிக் குடித்திருக்கின்றனர். எல்லோரும் நம்பிக்கையுடன் காத்திருக்கின்றனர். அகண்ட விழிகளுடன் பார்த்துக் கொண்டிருக்கின்றன அங்கிருக்கும் அறிவியல் கண்கள் அத்தனையும்! சீக்கிரம் அது "கபாக்ஸ்" என்ற புரியாத பெயருடன், ஒரு பன்னாட்டுக் கம்பெனி இந்தியாவுக்கு கொண்டுவரும். "நாம் அப்பவே சொன்னேன்லா.. நம்ம ஊர்ல இருந்துதாம்ல எல்லாமும்" என்ற குரலும் இங்கு கேட்கும்.

"எஞ்சாமி" பாடல் புகழ் அறிவுதான் இந்தமுறை இந்த பேரவையில் அமெரிக்க தலைமுறை கொண்டாடிய ஹீரோ! நான்கு ஆண்டுகளுக்கு முன்பு அரவிந்தசாமி வந்தபோது திரண்ட கூட்டம் இப்போது அறிவுக்கு பின்னால். ஆம்! அறிவுக்குப் பின்னால். அமெரிக்காவில் கூகுள் நடத்தும் டிஜிட்டல் பத்திரிக்கையுலகப் பயிற்சிக்காக இந்தியாவில் இருந்து தேர்ந்தெடுக்கப்பட்டு வந்து இங்கே இன்னும் இளமையாகியிருக்கும் கார்த்திகைச் செல்வன், எப்போதும் இளமையாய் சிரித்து தமிழுலகை உசுப்பும் பத்திரிக்கையாளர் குணா, திட்டக்குழுவின் துணைத்தலைவர் ஜெயரஞ்சன், ஆய்வாளர் ஆழி செந்தில் நாதன், பூவுலகின் நண்பர் சுந்தர்ராஜன், பாராளுமன்ற உறுப்பினர்கள் தொல். திருமாவளவன் ஐயா

அவர்கள், சு. வெங்கடேசன். தமிழச்சி தங்கபாண்டியன், கவிஞர்கள் மகாகவி ஈரோடு தமிழன்பன், கதீஜா ரஹ்மான்,குட்டி ரேவதி, நடிகர்கள் நெப்போலியன், பாண்டியராஜன், இசைக்கலைஞன் இமான் என பல பிரபலங்களும் அந்த அழகிய பல்கலைக்கழக வளாகத்தில் திருவிழா நாயகர்களாய்!

தங்கியிருந்த நான்கு நாட்களும் மூன்று இரவுகள் நியூயார்க் நகர மன்ஹாட்டன் வீதிகளில்தான் கழிந்தது. ஊர்ல இருந்தும் வீட்ல இருந்தும் “கரோனா பாத்து; கவசம் போட்டியா?” என ஒரே அறை கூவலாய் இருக்க, இங்கே டைம்ஸ் ஸ்கொயரில் அதற்கான சுவடே இல்லாமல் வீதிகள் எல்லாம் ஆட்டமும் பாட்டமும். அப்படியொரு கூட்டம். எப்படித்தான் நம் கருப்பின தோழர்களுக்கு இசையும் நடனமும் குதூகலித்து கொப்பளிக்கிறதோ? தெரியவில்லை. கரீபியன் பொடுசில் இருந்து ஜப்பான் மச்சான் வரை ஒரே நேரத்தில், பல நாட்டு இளம் கூட்டத்தை ஒரே இடத்தில் எனக்குத் தெரிந்து இங்கே மட்டும்தான் பார்க்க முடியும். 15-20 நிமிசத்துக்கு மேல் உங்கள் கால்கள் அங்கே நடனமாடவில்லை என்றால் நீங்கள் மன நல மருத்துவரையோ அல்லது மலையாள மாந்திரீகத்தையோ பார்த்தே ஆக வேண்டும். எனக்கு இவ்வீதியில் திரிவது, மூன்றாம் முறை. ஆனாலும் இன்னும் முப்பது முறையேனும் வரத்தூண்டும் தெருவிழா வீதி அது.

நியூயார்க்கின் முத்தாய்ப்பு சந்திப்பு இந்த முறையும் மருத்துவர் டேவிட் உடன்தான். ஒவ்வொரு முறையும் அவரோடு சில மணி நேரங்கள் பேசுவது பயணிப்பது என்பது எனக்குச் சாங்கியம். சித்த மருத்துவக் கல்லூரியில் இருந்து பிய்த்து எடுத்துபோய், கார்னல் பல்கலைக்கழகத்தில் அவர் மூளை ஒட்டப்பட்டு இருந்தாலும், பார்த்த மாத்திரத்தில், “வாதம் குறையுது சிவராம். இந்த கபம் கூடுதுல்ல..” என துவங்கி, ஆம்ட்ராக்கில் ரயிலேத்தும்போது ஓடிப்போய் தண்ணீர் பாட்டில் வாங்கிக் கொண்டுவந்து கொடுத்துவிட்டு, “ பிலடெல்பியா போய்ட்டு கூப்பிடுறா ..அந்த நெய்க்குறில ஒரு மேட்டர் இருக்கு”என சொல்லிச் சென்ற டாக்டர் டேவிட் இப்போது கார்னல் பல்கலைக்கழக விஞ்ஞானி. மல்டிபிள் மயலோமாவில் ஆய்வில் உள்ளார். இந்த 6 மணி நேரச்சந்திப்பில் இரண்டுமணி நேரம் நாடியைப்பற்றித்தான் பேச்சு. ஒரு வாக்கியத்தில் மூன்று வார்த்தைகளும் முப்பது சிரிப்புச் சத்தமும் கொண்டு பேச உலகில் ஒருசிலரால் மட்டுமே முடியும். டேவிட் அண்ணன் அப்படியானவர். “குருதியோடு அது கொண்டுவரும் அலையும் அதில் அடங்கியிருக்கும் ஆழமான சேதியும்” குறித்து நாடி பார்த்தல் குறித்து கண்கள் விரிய விரிய, அறிவியல் விளக்கத்துடன்

அவர் பேசுவது, அவர் வாசிக்கும் கிட்டாரில் இருந்து வரும் இசையைப் போலவே அலாதியானது.

படு வேகமாகப் பறக்கும் ஆம்டிராக்கின் ரயிலின் எனக்குப்பிடித்த ஜன்னோலரத்தில் தெற்கு நோக்கி பயணிக்கிறேன்.

"There is souther accent. Where I come from. The young uns called as country. The Yankees call at dumb. I got my own way of talking but everything gets done With the southern accent where I come from "தெற்கு குறித்த ஒரு அழகிய ஆழமான குறிப்பு ஓடுகின்றது மனதில். ரயிலின் ஜன்னலுக்கு வெளியே ஓடும் டெலவர் நதி போல...

பென்சில்வேனியா. அமெரிக்காவின் ஒரு அழகிய மாநிலம். நம் ஊர் மேற்குத் தொடர்ச்சி அளவுக்கு உயரமான மலைகள் இல்லாவிட்டாலும், அப்பலாச்சியன் மலைத்தொடர் என்றழைக்கப்படும் குட்டி குட்டி குன்றுகள் முத்துமாலைபோல் குறுக்கே கோர்த்து நிற்கும் மாநிலம் இது. நியூயார்க் மலைத்தொடரில் பிறந்து, இதற்கிடையே ஓடும் டெலவர் நதிதான் நியூஜெர்சி மாநிலத்தையும் பென்சில்வேனியாவையும் பிரிக்கிறது.

நீரும் மலையும் நிறைந்திருப்பதாலோ என்னவோ, ஊரே பச்சைப்பசேல் என இருக்கின்றது. ஆம்ட்ராக் இரயிலில் டவுனிங் டவுன் எனும் இடத்தில் வந்திறங்கியதும், சில நிமிடங்களில் நண்பர் சத்யா தன் டெஸ்லா காரில் வந்து வரவேற்றார். டெஸ்லா கார்

புத்திசாலிக் கார். ஸ்டியரிங் வீலில் கை தொட்டுக் கொண்டு இருந்தாலே போதுமாம். அதுவே லேன் மாத்தி, வேகம் கூட்டிப் பறக்கிறது. டவுனிங் டவுன் பாதையெல்லாம் நெடிதுயர்ந்த சில்வர் ஓக் மரங்களும், நல்ல அடர்த்தியான காடுகளும். ஆங்காங்கே மான்கள் வந்து நம்மை எட்டிப்பார்ப்பது கவித்துவம். நியூயார்க்கின் மன்ஹாட்டன் எல்லாப்பக்கமும் பெரிதாய் வீங்கிப்போன நம் ஊர் ரங்கனாதன் வீதி. பென்சில்வேனியா கூட்டமே இல்லாத கோடைக்கானல் அடிவார பண்ணைக்காடு மாதிரி.

கோவிட்டுக்கு பிந்தைய வாழ்வில் இங்கே அனேகமாக எல்லோரும் இன்னும் கூடுதல் பரபரப்பாய்ப் பணி செய்கின்றனர். “நான் 8.30 மணிக்கெல்லாம் “லாக் இன்” ஆகி விடுவேன். அவள் 9மணிக்கு லாக் இன் ஆகணும் “, என்கின்றனர்.”லாக் இன்” ஆவது என்பது ஆபீஸ்ல அட்டெடன்ஸ் போடுவது. ஆளுக்கு ஒரு ரூமில் லாக் இன் ஆகிவிட, வீட்டுப் பெரியவரும் கழுத்தில் சிப் மாட்டிய கோல்டன் டியூட்லர் நாயும் மட்டும் சத்தம் போடாமல் “சீ டிவி” பார்த்துக் கொண்டிருக்கின்றனர். பணி நேரம் போக, மீதி நேரம் புதிய தொழில், பார்ட் டைமில் செய்யவா, ப்ளூ சிப் நிறுவன பங்குகள் வாங்கலாமா? என அவர்கள் பேசிக் கொண்டே இருப்பதால், “நாத்தனார் மூஞ்சு சரியில்லை; ஓர்ப்பிடி பேச்சு சரியில்ல” எனும் சம்பாஷனைகள் எங்கும் இல்லை.

“பொண்ணு என்ன செய்யப்போறா?” எனக் கேட்டேன். “மெடிக்கல்” என்றார். “நீட் நாராசம் ஏதும் உண்டா?” என்றேன். “அதெல்லாம் கிடையாது”. “அப்ப எப்படி?” “நல்ல மார்க் வேணும்தான். ஆனால் மார்க் மட்டும் போதாது. மார்க்ல 85ம் 99ம் ஒரே மாதிரிதான். ஆனால் அத்தோட பள்ளில அவன்/ அவள் வேற என்ன செய்தான்? லீவு நாளில் எதனாச்சும் கிளினிக்கில் உதவி செய்தாளா/ னா? நலப்பணியில் தன்னை ஈடு படுத்தியிருக்கிறாரா? நலம் குறித்தும் அறிவியல் ஆய்வுகளில் பிராஜெக்ட் செய்திருக்கானா? என்றெல்லாம் பார்த்து சீட் கொடுக்கிறார்களாம். கூடவே வருசத்துக்கு 60-70,000 டாலர் ஃபீஸூம் வாங்குகிறார்கள் (ஆனால் அதற்கு கடனுதவி உண்டு); 10-12 வருசம் படிச்சால் மட்டும்தான் பிராக்டிஸுக்கு வர முடியும். இருந்தும், நம் ஊர் பிள்ளைகள் பல டாக்டராகி இருக்கின்றார்கள். ATMA என அமெரிக்க தமிழ் மெடிக்க அசோசியேஷன் வைத்திருக்கின்றனர்.

மூணு நாளாய் ஃபெட்னாவில் ‘சாம்பார் ரசம் வடை’ என்றே சாப்பிட்டதில், ஒரே “அமஞ்சக்கரை ஃபீலிங்காவே” இருந்ததால்,

நானும் நண்பர் ரமேஷும் ஒரு மெக்சிகோ விடுதிக்கு மதிய உணவுக்கு சென்றோம். ரமேஷ் 'சிப்போட்லே' சாப்பிடலாம் என்றார். 8 டாலர் கொடுத்தால், ஒரு டப்பாவில் கீழே கொஞ்சூண்டு சோறும் மேலே கோழித்துண்டு, கறுப்பு பீன்ஸ், சோளம், தக்காளி ஸ்பினாச் கீரைங்க என பல ஐயிட்டம் போட்டுத் தருகின்றனர். 7 ஆம் கிளாஸ் படிக்கையில் அம்மா வீட்ல கடைசியா இருக்கும் சோறு குழம்பு வெண்டைக்காய் புருப்பு கீரை கூட்டு என எல்லாத்தையும் ஒரு குண்டாஞ்சட்டியில் போடு உருட்டி உருட்டி தருவாள். அந்த சுவை கொடுத்தது, சிப்போட்லா மெக்சிக்கோ கூட்டாஞ்சோறு. தொட்டுக்க அவகோடா சட்னி. போர்டில் அது 180-210 கலோரிதான் என போட்டிருப்பது அலாதி ஆறுதல். (துரித உணவில் சிப்போட்லா நல்லதா கெட்டதா என பெரும் யுத்தமே இணைய உலகில் நடக்கிறது; நல்ல பொருளா நாமளே அள்ளிப்போடும் வசதியிருப்பதால் சீஸ் மயோனைஸ் மாதிரி லாகிரி வஸ்துக்கள் இல்லாமல் எடுக்க முடிகிறது)

சிப்போட்லாவை வாங்கிக் கொண்டு, வீட்டு புறவாசலில் கட்டியிருக்கும், மரத்தால் ஆன பால்கனியில் (Patio) சாப்பிட உட்கார்ந்தோம். பின்வாசலில் விதவிதமான பறவைகள். தம்பி விக்ரம் வந்திருந்தான்னா அத்தனைக்கும் பேர் சொல்லியிருப்பான். நான் கூகுள் பார்த்து அவையெல்லாம் என்ன என தெரிந்து கொண்டேன். குறிப்பாய் காப்பர்சல்பேட் கலரில் வந்த இண்டிகோ பண்டிங் குருவியும், கூட நின்ற தேன் நிற கழுத்து இருந்த குருவியும் சம்பந்தமில்லாமல் பூஜா ஹெக்டேயை ஞாபகப்படுத்தின. அவ்வளோ அழகு.!

இங்கே அணிலெல்லாமே கூட கொஞ்சம் கூடுதல் போஷாக்காய் ஓடுகின்றன. முயல் சைஸில். அமெரிக்காவில் எல்லாமே பெருசுதான். அது உருளைக்கிழங்காய் இருந்தாலும் சரி உறிஞ்சிக்குடிக்கும் காபியாய் இருந்தாலும் சரி. எங்கே காபி குடிக்கப்போனாலும் ஒரு போணி அல்லது குடத்தில்தான் கொடுக்கின்றார்கள்.

மாலை பிலடெல்பியா தமிழ் நண்பர்களுடன் சந்திப்பு. 3 மணி நேரம் போனதே தெரியவில்லை. ராகி கொழுக்கட்டையுடன் துவங்கிய கூட்டத்தை பொங்கலும் பாயாசமுமாய் முடித்தோம். கூட்டத்தில் வந்திருந்த ஒவ்வொருவரும் படித்துயர்ந்த ஆளுமைகள். பெரும்பாலும் கணிப்பொறி துறையினர். 10இல் நாலு பேர் டேட்டா சயண்டிஸ்ட் என்கின்றனர். இனி பிக் டேட்டாதான் உலகமாம்.

கல்வி நம் மக்களை உயர்த்தியுள்ள விதம் கண்களை விரியச் செய்கிறது. வத்தலகுண்டு அரசுப்பள்ளியில் தமிழில் தன் படிப்பைத்

துவங்கி, தூத்துக்குடி வஉசி கல்லூரி, ஐஐடி கான்பூர், அப்புறம் மெஷஷூட்ஸ் எம்.ஐ.டி. என உயர்ந்து இன்றைக்கு மெர்க் நிறுவனத்தின் ஒரு தொழில் நுட்ப பிரிவில் உலக தலைவராயிருக்கும் மனோகர், சோழவந்தான் அரசுப்பள்ளியில் துவங்கி இன்று சிக்கா வைரசுக்கு வாக்சின் கண்டறிந்து ஆண்டனி ஃபொவ்சிக்கு இணையான விஞ்ஞானியாய் உயர்ந்து நிற்கும் முத்துமணி என பல ஆளுமைகள் இன்னமும் அதே எளிமையுடன் புன்னகையுடன் நேற்று சந்திக்க முடிந்தது. "நிலவேம்பு நிச்சயம் வேலை செய்யும். மாஸ் செபெக்ட்ரோல அத பாத்திட்டீங்களா? டாக்கிங் செய்யணும்" என அவர்கள் பேசும் போது நான் கற்றுக் கொண்டது ஏராளம்!

மதுரை காமராசர் பல்கலைக்கழகத்தில் இருந்து இங்கு உலகை உலுக்கும் ஆய்வுகளைச் செய்தோர் ஏராளம் என்று அறியும் போது மெய் சிலிர்த்தது. இன்றைக்கு உடல் எதிர்ப்பாற்றலில் முக்கிய பங்கு வகிக்கும் *B cell* ஐ கண்டுபிடிப்பதற்கு அச்சாரம் போட்டது நம் முத்துக்கருப்பன் தெரியுமா? என முத்துமணி சார் சொன்னபோது உண்மையிலேயே "தமிழண்டா!" என உரக்கக் கத்தணும் போல் இருந்தது.

சிப்பொட்லா அவகாடா சட்னியை மட்டுமல்ல, செயற்கை நுண்ணறிவைக் கொண்டு "சாருக்கு மூணு வருசத்துக்கு அப்புறம் மசால்தோசை தரணுமா? சிடாகிளிப்டின் தரணுமா?" என இப்பவே சொல்லவும், நிபா வைரஸ் ஒரு வேளை மீண்டும் வந்தால் அதை தகர்த்தெறியும் பணியிலும் தமிழன் தான் முன்னே நிற்கிறான் என்கிற சேதிகளை இப்படியான பயணங்கள்தான் பரிமாறுகின்றன. என் விமானம் பிலடெல்பியாவில் இருந்து தெற்கில் ஃபினிக்ஸ் நோக்கி பறக்கிறது, இன்னும் உயரமாய் என் மனசும்...

அரிசோனா மாநிலம் ஃபீனிக்ஸ். இந்த முறை அமெரிக்க பயணம் என உறுதியானதும், முதலில் திட்டமிட்டது ஃபீனிக்ஸ் பயணம்தான். ஃபீனிக்ஸில் வசிக்கும் ராஜ் எனக்கு நெடுநாள் நண்பர். உலக அதிசயங்களில் ஒன்றான கிராண்ட் கானியனை பார்க்க வேண்டும் என்பது நெடுநாள் கனவாவே இருந்தது. இந்த பயணத்தில் அதை நிறைவேற்றிவிடணும் என முடிவு செய்து போனைப்போட, "வாங்க வாங்க என ஒரு மூன்று நாள் புரோகிராமை போட்டு அனுப்பி விட்டார். முதல் நாள் சேகுரா பார்க். இரண்டாம் நாள் செடோனாவும் கிராண்ட் கானியனும். மூன்றாம் நாள் இங்கே உள்ள இந்திய வம்சாவழி மக்களிடையே நீங்க பேசுறீங்க", என்றார்.

ஒவ்வொரு ஊரிலும் ஒரு வேலையாவே போய்க்கொண்டிருக்கும் எனக்கு, அரிசோனாவில் இளைப்பாறல் அவசியப்பட்டது. கிளம்பினேன்.

ஊருக்கு கிளம்பறச்ச, நிறைய பாராளுமன்ற விதிகள் இருக்கின்றது. அதன் முதல் ஷரத்து...”எக்காரணமும் கொண்டு வீட்டம்மாவிடம் சண்டை கட்டக் கூடாது” என்பதுதான். அவங்களைக் கூட்டிட்டுப் போகலைன்னு தெரிஞ்ச உடனே வீட்டில் அசாதரண போர்ச் சூழல் நிகழும். எனக்கும் அப்படி நிகழ்ந்ததில், எங்களுக்கிடையே அந்த மூணு லட்சத்தி நாப்பத்தேழாயிரத்து சண்டையும் வந்தது. (அமெரிக்க பயணம் என்னை கொஞ்சம் கொஞ்சமாக டேட்டா சயண்டிஸ்ட் ஆக்குகிறது). விளைவு? நானே பயணப் பொட்டிகளை தயார் செய்ய வேண்டிய நிர்ப்பந்தம். 20 நாள் பயணத்திற்கு, உடைகளை எடுத்துவைப்பது என்பது, பொன்னியின் செல்வன் படம் எடுப்பதைவிடக் கொஞ்சம் கஷ்டம்.

அதிலும் குறிப்பாய் உள்ளாடைகள். 50 சட்டைகள் கூட இருக்கலாம். 21 பனியன் ஜட்டிகளை எனக்கு தெரிந்து அம்பானி/அதானி மாதிரியான பெரும் கோடீஸ்வரர்கள் மட்டுமே கைவசம் வைத்திருப்பார்கள். தேடும் போதுதான், நமக்கு அதில் சிலது, சங்ககாலத்தில் வாங்கியிருப்பது தெரியும். சில பனியன்களை உதறிப்பார்க்கையில் ஏகே 47 வைத்து, இரண்டு ரவுண்டு சுட்டது மாதிரி ஓட்டைகள் இருக்கும். ரொம்பக் கஷ்டப்பட்டு தேடி எடுத்து, பத்தாததுக்கு புதுசு கொஞ்சம் வாங்கி அடுக்கினேன்.

இரண்டு பெட்டியிலும் சம அளவாய் பிரிக்க வேண்டும். முதல் பத்து நாளுக்கு ஒரு பெட்டி. அடுத்த பத்து நாளைக்கு இன்னொன்று. நிறைய ஊர் ஊராய் சுத்துவதால், முதல் பெட்டியை 11ம் நாள் பார்க்கப் போகும் நண்பரிடம் கொடுத்து அனுப்புவதாகத் திட்டம். இந்த ஊரில் பட்ஜெட் உள்ளூர் விமானத்தில் ஏறினால் பெட்டிக்கு தனிப் பணம். இரண்டுபெட்டிக்கு நாலுதடவை காசு கட்டினால் ஒருதபா இந்தியா வந்து ஜட்டி பனியன் மாத்திட்டு வந்துடலாம். ஆதலால் கடுமையாக பிளான் பண்ணி சொத்தை பிரித்து அடுக்கினேன். (இப்படி ஒரு தபா போர்க்காலத்தில் பெட்டி அடுக்கையில், பனியனை ஒரு பெட்டியிலும் மத்ததை அடுத்த பெட்டியிலும் வைத்து, ஒன்றை அனுப்பி விட்டு அல்லாடிய அனுபவம் உண்டு. அதை பாகம்-2 இல் எழுதுறேன்)

அரிசோனா வந்து இறங்கியதும், அந்த இரவிலேயே இராஜ் கேட்ட முதல் கேள்வி, “துணியை துவச்சிடுறீங்களா” என்பது தான்.

“சரி! மிஷின்லதானே “ என அழுக்கு மூட்டையை அதில் போட்டு உறங்கப் போக, காலையில் துணிகளெல்லாம் பாரதிராஜா படத்தில் சுத்தி சுத்தி வெள்ளை தேவதைகள் ஆடுவாங்களே அது போல கலந்து இருந்தன.கூடவே சிட்டி பாங்க் கிரெடிட் கார்டும் வெளுத்து துவைத்து மிஷினடியில் கிடந்தது. குனிஞ்சு அந்த கார்டைப் பொறுக்கையில் மிஷினுக்குள்ளிருந்து டால்பி எஃபெக்டில் ஒரு சிரிப்பு சத்தம். அது யாரோடதுன்னெல்லாம் எழுத மாட்டேன்.

முதல் நாள் காலை எலுமிச்சை சோறு, தயிருஞ்சா கட்டிட்டு நாங்க ஹோண்டாவை கிளப்பியது, பேசனை நோக்கி.. நம் சமணர்கள் மலையைக் குடைந்து ஸ்கூல் கட்டியது மாதிரி, இயற்கையே மலையைக் குடைந்து எழுப்பியுள்ள உலகின் மிகப்பெரிய சுண்ணாம்புப் பாறை (*travertine*) குகையும் அதனூடே சிறு ஓடையென ஓடும் நதியும்தான் அரிசோனா மாநிலத்தின் மிக முக்கிய இயற்கை *tonto natural bridge park*. காற்றும் நீரும் குடைந்திருக்கின்ற பாறை பெரும் பிரம்மாண்டத்தையும் இயற்கையாய் அதன் மேல் உருவாகியிருக்கும் பாலமும் பிரம்மாண்டம். அதன் அறிவியலையும் வரலாற்றையும் கேட்டால் நாம் கொஞ்சம் கடுகாய் தெரிவோம்.

ஒருசமயம் கிட்டத்தட்ட 65 மில்லியன் ஆண்டுகளுக்கு முன்னர் இந்த மொத்த மாநிலமுமே ஒரு பெருங்கடலுக்குள்தான் இருந்திருக்கின்றது. கடலினுள் இப்போதும் உறங்கிக்கிடக்கும் வல்கனோக்கள் மாதிரி, மில்லியன் வருசங்களுக்கு முன்பிருந்து எரிந்தோய்ந்த எரிமலைகள். குன்றுகளாய் அரிசோனா மாநிலம் முழுவதும் நிரம்பிக்கிடக்கின்றது. அதன் வழி வந்த லாவா (எரிமலைக்குழம்பு) வழிந்து சென்ற தடங்கள் இன்னமும் ஆறாய் இருக்கின்றது.

இதெல்லாம் கர்ண பரம்பரைக் கதை அல்ல. உண்மை என்பதை உரக்கச் சொல்லும் விதமாக அம்மோனைட் எனும் *indexed fossil* ஐ இப்போதும் இங்கு பார்க்கலாமாம். அம்மோனைட் ஃபாசில்கள் பல மில்லியன் ஆண்டுகளாக இருக்கும் உயிரியின் எச்சங்கள் என்கிறது புவி அறிவியல். சுண்ணாம்பு பாறைகள் மட்டுமில்லாமல் இந்த மாநிலம் முழுக்க செம்புக் கனிம பாறைகள். மெக்மொரான் எனும் மைனிங் கம்பெனி (நம்மூர் வேதாந்தா மாதிரி) அரிசோனாவின் பாதி மலைகளை வெட்டி தாமிரம் மாலிப்டீனியம் என பிரித்தெடுத்து கனிம உலகில் உச்சத்தில் இருக்கின்றது. தாமிர கனிம பாறைகள் என்பதால் அரிசோனாவின் பாதி மலைகள் செம்மையாய் கும்பகோணம் டபரா

காபி டம்ளரை கவிழ்த்து வைத்தாற் போன்றே வழியெல்லாம் இருக்கின்றன.

டோண்டோ தேசிய பூங்காவிற்கு போகும் பாதையில் வழியெல்லாம் மலையெல்லாம் பெரும் சப்பாத்திக்கள்ளி குடும்பத்து வகையறாக்கள். 20 அடி உயரமுள்ள சில இடங்களில் சூலம் மாதிரி நிற்கும் அரிசோனா மலையெல்லாம் செகுராவ் கள்ளி பெரும் அழகு. வறண்ட அந்த பாலைவன பூமியில் கோடிக்கணக்காய் வளர்ந்து நிற்கும் இந்த சேகுராவ்கள் பேரழகுதான்.

அரிசோனாவின் மிக அழகிய ஊர்களில் ஒன்று செடோனா கிராமம். செடோனா ஊருக்கு செல்லும் பாதை உலகின் அழகிய நெடும் பாதைகளுள் ஒன்று. பல நாடுகள் சுற்றியவர்க்கு கண்டிப்பாக, கனடாவின், ஜாஸ்பர் ஐஸ் பயண நெடுஞ்சாலை, சுவிச்சர்லாந்தின் இண்டர்லூகான் செல்லும் பாதை, சிட்னியில் இருந்து செல்லும் கிழக்குகடற்கரை சாலை நினைவுக்கு வராலமலிருக்காது. ஒடுங்கிய சாலையின் ஒரு புறம் பெரும் பள்ளத்தாக்கும் இன்னொருபுறம் வெயிலில் தக தகவென உயர்ந்து ஜொலிக்கும் செம்மலைகளும் கண்ணை கவரும்.

கிராண்ட் கானியன், இதைப் பற்றி தனியே எழுதணும். பத்தாங்கிளாஸ் படிக்கயில் மெக்கனாஸ் கோல்டு படம் பார்த்த காலத்தில் இருந்து இந்த மலைப்பள்ளத்தாக்கும் கொலராடோ ஆறும் மனசில் ஒட்டியிருந்த விஷயம். அடுத்த கட்டுரையில் இதனை விரிவாய்ப் பார்க்கலாம்...

உலகின் சில இடங்கள் மட்டுமே மிகப்பிரம்மாண்டமாய் எழுந்து நின்று நம்மை ஒன்றுமில்லாதவனாய் ஆக்கும். கூட்டமில்லாத ஒரு பொழுதில் பழைய குற்றாலம் முன்பு நிற்கும் போது, மோதும் கடலலைக்கு ஊடாக வழுக்குப் பாறையில் விரல்களால் பாறையை இறுக்கபற்றி முட்டம் கடற்கரை முன்பு நிற்கும் போது, தஞ்சை பெரிய கோயிலின் உச்சிக் கோலத்தை கழுத்து வலிக்க பார்க்கும் போதெல்லாம் அது நிகழும். கிராண்ட் கானியன் பாறை விளிம்பில் நிற்கும்போதும் அந்த உணர்வு வந்தது. இது உலகின் மிகத் தொன்மையான பெரும் பள்ளத்தாக்கு. உலகின் 7 அதிசயங்களுள் ஒன்று. மூச்சடைக்க வைக்கும் அந்தப் பள்ளத்தாக்கைப் பார்க்க, இரு கண்கள் நிச்சயம் பத்தாது. 1500 மில்லியன் வருஷ அடிப்பாறையின் விளிம்பில் நிற்கின்றோம் என்கிற உணர்வே ஒரு தவமாய் வந்து சேரும்.

இந்தப்பள்ளத்தாக்கில் பல பழங்குடிகள் வாழ்ந்து சென்றமையை இப்போது கண்டறிந்திருக்கின்றார்கள். “இடையில் ஏன் அவர்கள் காணாமல் போனார்கள்?” என்பதற்கு ஒரு காரணம் பருவ நிலை மாற்றம் climate change என்று சொல்வோர் உண்டு. இப்போதும் இந்த பருவ நிலை மாற்றத்தில், அரிசோனாவில் பல மாற்றங்கள் நிகழ்ந்து கொண்டே இருக்கிறது. கொலராடா நதி மெலிந்து போகிறதாம். ரோஸ்வ்வெல்ட் நதி அணைக்கட்டில் பாதி தண்ணீர் காணவில்லை என்கின்றனர். கூடவே மழையைக் காணோம்! கொஞ்சம் ராபினையும் (ராபின் பறவையை) காணோம் என்று பேசுகின்றனர். ஒருவேளை அண்டார்டிகாவின் பனிப்பாறை உருகல் படுவேகமாக நடைபெற்றால் கல்ப் ஆஃப் மெக்சிகோ வழியாக உள் நுழையும் கடல் நீரால் இந்த பள்ளத்தாக்கு கூட நீரில் மூழ்கும் நிலையும் வரலாமாம்!

கிராண்ட் கானியன் வரலாற்றின் பல தொன்மக் கதைகளை ஒளித்து வைத்துக்கொண்டு பேரமைதியாக நிற்கின்றது இந்த படிமப் பாறைக் கூட்டம். புறத்தே தெரியும் அதன் அழகு உருவானது என்னவோ 5-6 மில்லியன் ஆண்டுகள் என்றாலும், ஆதி மனிதன் பார்க்காத அலங்காரம் அவை என்கின்றனர் வரலாற்றாலர்கள். கானியனை உலகின் “ஏழு தங்க மலைகளுள் ஒன்று” என இஸ்பானிய இலக்கியமோ / கதைசொல்லிகளோ சொல்லி வைக்க, இந்த தங்கமலைகளைப் பார்க்க 1500 களில் பெருங்கூட்டம் வந்து வந்து சென்றிருக்கின்றது.

நிறைய பழங்குடிகளை வேட்டையாடிக் கொன்றிருக்கின்றது. 1590 களில் கடைசியாக வந்த ஸ்பானிஷ் கூட்டமொன்றுதான் அங்கே தங்கமில்லை. அத்தனையும் செம்பு கனிமம். தகதகவென மின்னுவெதல்லாம் தாமிரச்சத்து எனக் கண்டறிந்தது. 1880 களில் தாமிரச்சத்தை பிரித்து எடுத்துவர ஆரம்பிக்கப்பட்ட கம்பெனி, தாமிரத்தை தோண்டி எடுப்பதை விட சுற்றுலாவை ஈர்த்து, நல்ல காசு பார்க்கலாம் என புரிந்து கனிம கம்பெனியை அங்கே மூடிவிட்டு 1910 களிலேயே சுற்றுலா கம்பெனி ஆரம்பித்து விட்டனர். அன்றிலிருந்து உலகில் அதிகம் சுற்றுலா பயணிகளை ஈர்க்கும் இடமாக இந்த உலக அதிசயம் ஆகிப்போனது. நம் ஊர் கனிம வேதாந்திகளும் கொஞ்சம் நம் மலை மீது கருணை காட்டினால், நம் ஆறுகள் மீது கருணை காட்டினால். சுற்றுலாவும் உயரும் சூழலும் பாதுகாக்கப்படும்.

இந்தப் பள்ளத்தாக்கை வைத்து ஏகப்பட்ட ஹாலிவுட் படங்கள், இதை உலகப்பிரசித்தி பெற வைத்துவிட்டன. 1970 களில்

வெளியான, மெக்கானஸ் கோல்ட் அன்றைக்கே பலகோடி வருவாயைக் குவித்த படம். மலைவிளிம்பில் குதிரை சண்டக் காட்சி நம்மை குத்தவைத்து உட்காரவைக்கும் (அப்போவெல்லாம் நாம தரை டிக்கட்டுதானே!). கடைசியாய் நம்மை டைரக்டர் ஷங்கர், வைரமுத்துவின் வரிகளுக்கு ஐஸ்வர்யா ராயை இந்த கிராண்ட் கானியன் மலை விளிம்பில் ஆடவிட்டது அப்போது இளசாயிருந்த, நாம் சிலாகித்தது நினைவிருக்கலாம்.

ஒரு சுற்றுலாத்தளம் எப்படி இருக்க வேண்டும்? என்பதை, ஒவ்வொரு முறையும் வெளி நாட்டுப்பயணங்கள் ஏங்கத்தான் வைக்கின்றன. கொடைக்கானலின் தூண்பாறைகளும், காரையாற்றின் பொங்கிவரும் தாமிரவருணியும், குத்தாலமும் குரங்கணியும், ஆனைமலைச் சோலைக்காடுகளையும் கொடுக்கும் பிரமிப்பு இதற்குக் கொஞ்சமும் குறைவானது அல்ல. அவையும் மில்லியன் வருட ஆர்க்கேவியன் பாறைகள்தாம். சேகுரா கள்ளிகளில் ஒன்றைக் கொண்டாடும் இந்த அமெரிக்க ஊர், நம் பொதிகையில் விருட்சமாய் எழுந்து நிற்கும் தேக்கும் வேங்கையையும் கடுக்காயையும் சோலைமலைக் காடுகளையும் பெரும் மூலிகை வனங்களையும் பார்த்ததில்லை. கல்லூரிக்காலத்தில் பொதிகை உச்சிக்கு அகத்திய மொட்டைக்கு போன போதும் சரி, குற்றாலம் செண்பகாதேவி மலையருவி வழியாய் ஏறி உச்சியில் சித்தர்கள் வழிபடும் சோதி விருட்சத்தை கண்கலங்கப் பார்த்தபோதும் இதே கானியனில் வந்த உணர்வு எனக்கு இருக்கத்தான் செய்தது.

அத்தோடு நாம் இங்கே கற்றுக்கொள்ள வேண்டியது முக்கியமாக, படுசுத்தமாக கழிப்பறைகளை நிறுவியதாக இருக்கட்டும், குறிப்பாய் எந்த பாறையிலும் “ஜானு ஐ லவ் யூ, இப்படிக்கு சுப்பிரமணி” என பெயிண்டில் செதுக்காமல் இருப்பதையும், எந்த பாதையிலும் எந்த பிளாஸ்டிக் பாட்டில் கழிவுகளோ, சிப்ஸ் பாக்கெட் குப்பையோ வழியில் இல்லாமல் இருப்பதைத்தான்.

கிராண்ட் கானியன் பாதை நெடு நீண்ட மைல்களைக் கொண்டது. தென்முனையில் இருந்து வடமுனைக்கு 445 மைல்கள் தூரம். மேலிருந்து ஒன்றரை மைல் ஆழத்தில் கொலராடா நதி மெலிதாய் ஓடுகிறது. பள்ளத்தாக்கின் அகலமே 10 மைலுக்கு மேலே. ஆனால் ஒவ்வொரு பார்வை முனையிலும் அந்த மலையின் அழகிய விவரங்களை, தொன்மங்களை ஆவணப்படுத்தியிருப்பதாகட்டும், ஒவ்வொரு புவி அடுக்கும் படிமங்களும் எந்த வகை கனிமங்கள்

எந்த ஆண்டு உருவாகியிருக்கக் கூடும் என சொல்வதாக இருக்கட்டும் அவ்வளவு அழகு. கஸாட்டா ஐஸ்கிரீமை நெடுவாக்கில் பிளந்தால், ஒவ்வொரு படிவத்திலும் ஒவ்வொரு வண்ணம் இனிப்பு தெரிவது போல ஒவ்வொரு 100 மில்லியன் வருசத்துக்கும் ஒரு படிமமும் வண்ண கனிமமும் என இருக்கின்றது. 1500 மில்லியனுக்கு முன்னதாகக் கருதப்படும் கடைசி தட்டில் உள்ள பாறைப்படிமத்திற்கு 'விஷ்ணு பாறை படிமம்' என பெயர் வைத்திருக்கின்றனர்.

கிராண்ட் கானியனில் இருந்து, ஃபீனிக்ஸ்க்கு அழகிய மலைச்சாலை வழியே, மறுபடி எங்கள் வாகனம் செடோனாவைப் பார்த்துக்கொண்டே சீறிப்பாய்ந்தது. எழுபது வயதில் சிறப்பான உடல்வலுவுடன், காரை 100 மைல் வேகத்தில் ஓட்டிக்கொண்டே வந்த ராஜூடன் என் உரையாடல் "வெந்தயத்தின் கரையும்நார் கரைக்கும் குருதிக் கொழுப்பில் இருந்து, தொல்காப்பிய "விசும்பு தைம்வரு வளியின்", ஹீலிய ஹைட்ரஜன் கணக்கு வரை விரிந்து கொண்டே சென்றது. யார் சொன்னார்கள் உலகில் ஏழு அதிசயங்கள் என்று? உலகில் ஏழு கோடி அதிசயங்கள் ஒளிந்து இருக்கின்றன. பயணித்தால் அஞ்சாறாவது நமக்கு அகப்படும்!

விமானம் ஃபீனிக்ஸை விட்டுக் கிளம்பும்போது நேரம் பின்னிரவைத் தொட்டு இருந்தது. பின்னிரவில் பயணிக்கும் விமானப்பயணத்தை, அமெரிக்கர்கள் *red eye flight* என்கின்றனர். அப்படியான ரெட் ஐ விமானப்பயணத்தில் பயணித்து வாஷிங்டனை வந்தடையும்போது அடுத்த நாள் காலை ஏழு. நான்கு மணி நேரம் பயணித்து, ஏழு மணி நேரத்தை தொலைக்கும் பயணம்.

வாஷிங்டனில் எனக்கு ஜோபைடனையும் சுப்பையாவையும் மட்டுமே தெரியும். ஒருவர் வெள்ளை மாளிகையிலும், இன்னொருவர் வெள்ளைமாளிகைக்காகவும் வேலை பார்க்கின்றனர். ஒரே ஒரு வித்தியாசம், சுப்பையா என்கூட படித்த பள்ளித்தோழன். 1997களில் கோடு எழுத லாரி லாரியாக இந்தியாவில் இருந்து கிளம்பிய மென்பொறியாளரில் இவரும் ஒருவர். "தயிர் உறைஞ்சிருச்சுன்னு சொல்றியே மக்கா, அப்ப சீரோ டிகிரிக்கு கீழ போயிருக்குமோ?" என வெள்ளேந்தியாக அன்று கேட்டவர், இன்னும் அப்படியே அதே புன்னகையுடன், அதே வெள்ளேந்தி மனமுடன், டாலர் தேசத்தில் பணிபுரிகின்றார்.

பள்ளித் தோழமைகட்கு எப்பவுமே ஒரு கூடுதல் மவுசு. இந்த முறை வழியில் துபாயில் சோமு, வாஷிங்டனில் சுப்பையா,

சான்பிரான்சிஸ்கோவில் சீனி என கிராண்ட் கானியனைக் காட்டிலும் ஆழமான நட்புகொண்ட எங்கள் சேக்காளி மக்காக்களை பார்த்ததில் எனக்கு அலாதி மகிழ்ச்சி. சோமு இன்னும் அரவிந்த்சாமி மாதிரியே சிரிக்கிறான். சீனி சிவாஜி மாதிரியே நடக்கின்றான். பள்ளி மக்காக்கள் அனேகமாக அதே நட்புடன் இன்னும் கூடுதல் பிரியத்துடன்!

இப்பல்லாம் அமெரிக்காவில் எங்கு சென்றாலும் துவக்கப் பேச்சு கோவுட் பத்திதான். “ஜனவரியில் எனக்கும் வந்துச்சுடா! பூஸ்டர் போட்டப்புறமும் என்றார். என்னடா செஞ்சேன்னு கேட்டேன். எங்க கவுண்ட்டில கோவிட்டுக்கு ஒரு ஹாட் லைன் இருக்கு. அங்க பேசினேன் என்றான். “அவங்க என்ன சொன்னாங்க?” என கேட்டேன். “கபசுரக் குடி நீர் குடிக்க சொன்னாங்க” என்றான். “டேய்! விளையாடாத; கிண்டல் பண்ணாத” என்றேன். உள்ளே இருந்து வந்த சுப்பனின் மனைவியும் “இல்லைங்க அண்ணா சத்தியமா உண்மைதான்”. இங்க *Montgomery county* யில் அந்த வெள்ளைக்கார ஹெல்த்கவுன்சிலர் “கபசுரக்குடி நீர் தான் குடிக்க சொன்னாள். இங்கிலீஷ்ல சொன்னாங்கண்ணா,” என்றாள். எனக்கு ஆச்சரியமாக இருந்தது. இங்க நாம கபசுரக் குடி நீரை குடிக்கச் சொன்னப்போ, சலங்கையெல்லாம் கட்டி ஆடினவங்க எல்லாம் பிளாஷ்பேக்கில் வந்து சென்றார்கள்.

வாஷிங்டனில் இருந்து, வடக்கு கரோலினா மாநிலத்தில் ராலே நகருக்கு மறுபடி விமானப்பயணம். அந்த தமிழ்ச்சங்கத்தினர் நடத்திய கூட்டம். ஏற்கனவே கோவிட் காலத்தில் ஒருமுறை அவர்களோடு இணையத்தில் பேசியிருந்ததால் பெரும் அன்பு. கூட்டத்தில் எங்கள் உரைக்குப் பின்னே, இசைத்தம்பி விடியன் நாதஸ்வரத்தின் இன்னிசைக் கச்சேரி. பியானோவிலும் ட்ரம்ஸிலும் பிய்த்து உதறிவிட்டார். பீத்தோவனும் ராஜாவும் ரகுமானும் ஆளுக்கு ஒருபக்கமாக அவனுள் நிற்கின்றனர். அமெரிக்கப் பிள்ளைகள், ஏதேனும் ஒரு கலையை எப்போதும் படிப்போடு கற்கின்றனர். நீட் ஜேயீயீ இல்லாததும் முக்கிய காரணம். எல்லா உயர் படிப்புக்கும் மதிப்பெண்களைத் தாண்டி “படிப்பைத் தவிர வேறு என்ன செய்தாய்?” என்கிற கேள்விக்கான பதில் இங்கே பல்கலைக்கழகம் போக, மிக முக்கியம்.

ராலேயில் இருந்து 250 மைல்கள் நீண்ட கார் பயணம். அறிவியலை மட்டுமே பேசி அலுப்பே இல்லாமல் ஊர்தியை ஓட்டிவந்தவர் நண்பர் பாரதி பாண்டி. ஹெம்ப் எனும் கஞ்சாவின் எண்ணெயில் பெரும் ஆய்வுகளை மேற்கொள்கிறார். அங்குள்ள தமிழ்க் குழந்தைகளுக்கு அறிவியல் வகுப்பு, களரி வகுப்பு எடுக்கின்றார். இளையாங்குடி

பக்கத்தில் இருந்து வந்த கிராமத்து இளைஞன். "டாக்டர், எஞ்சினியர்தான் ஆக்கணும்", என நினைக்காமல் நம் குழந்தைகளை அறிவியலுலகில் உலாவ விட்டால், நிச்சயம் அவர்களால். உலகின் உச்சத்திற்கு செல்ல முடியும். இந்தியாவில் நான்காண்டு இளங்கலை அறிவியல் படிப்புகள் பல மத்திய பல்கலைக்கழகங்களில் உள்ளன. CUCET நுழைவுத்தேர்வு எழுத வேண்டும். இங்கு படித்து ஜெர்மனிக்கோ அமெரிக்காவிற்கோ உயர் படிப்பு செல்பவர்கள் நம்ம ஊர் டாக்டர்களை விட வெகு உயரத்திற்கு அறிவியல் உலகில் செல்ல முடியும். எந்த மூலையில் பணி செய்தாலும் இந்த ஊருக்காக நாட்டுக்காக இந்த cloud உலகில் பணி செய்யவும் இப்போது முடியும். தமிழ்நாட்டில் மாவட்டத்துக்கு ஒரு மருத்துவக்கல்லூரி மாதிரி, மாவட்டத்துக்கு ஒரு உயர் அறிவியல் கல்லூரி ஏன் கொண்டு வரக்கூடாது? பேசிப்பார்ப்போம்!

அடுத்து சார்ல்ஸ்டன் நகரிலுள்ள சவுத் கரோலினா பல்கலைக்கழகம். மிக முக்கியமான மருத்துவ பல்கலைக்கழகம் அது. அதன் மருந்துகள் கண்டறிதல் அரங்கில், நான், மரு. செல்வசண்முகம், மரு அருளமுதன் என மூவரும் உரையாற்றினோம். அங்குள்ள ஆய்வாளர்கள், மருத்துவ மாணவர்களுடன் சித்த மருந்துகள் குறித்த செறிவான உரையாடல், அப்பல்கலைக்கழகத்தில் ஒரு புதிய அத்தியாயத்தை துவக்கியுள்ளது.

ராலேயில் இருந்து சார்ல்ஸ்டன் வருகையில் மாலை 8.30. நேரே வியட்னாம் உணவு விடுதிக்கு போனோம். அங்கு நாங்கள் சாப்பிட்டது "ஓகினமியாக்கி"!. சத்தியமா கெட்ட வார்த்தையெல்லாம் இல்லை. ஆனியன் ஊத்தப்பம் மாதிரி ஒரு வஸ்து அது. பிலடெல்பியாவில் சிப்பொட்லா மாதிரி சார்ள்ஸ்டனில் ஒவ்வொரு வேளையும் ஒரு நாட்டு உணவினைச் சாப்பிட்டோம். IHOP உணவகத்தில் சோளக் கஞ்சியும் ஆம்லெட்டும். ஆம்லெட் என்றால் அது "தீக்கோழி முட்டையில் பொரிப்பார்களா? "என தெரியவில்லை. நல்லி சில்க்ஸில் புடவை மடித்து வைத்திருப்பது போல் ஆம்லட் ஐ மடித்து பரிமாறுகிறார்கள். அவ்வளவு பெருசு. அவ்ளோ சுவை!

இரவில் பேசில் என்ற தாய்லாந்து உணவகம். தாம் கோ கியூ சூப், ப்ரோக்கோலி காப்ஸிகம் தேங்காய்பால் குழம்பு, பொரித்த வாழைப் பழத்துடனான ஐஸ்க்ரீம் என் ஒரு விருந்தை சவுத் கரோலினா பல்கலைக்கழக புற்று நோய் விஞ்ஞானி கொடுத்தார். எனக்கென்னவோ திருநெல்வேலி சொதிக்குழம்பு ஞாபகமே வந்தது.

வெளிநாட்டுப் பயணங்களில் அழகிய பிரமிக்கவைக்கும் இடங்களைப் பார்ப்பதைத் தாண்டி, பயணங்களில் பரிமாறப்படும்

பிரமிக்கவைக்கும் உரையாடல்கள் மிகவும் அலாதியானது. ஒரு பயனத்தில் ஒரு கார்னல், ஒரு மெசஷ்யூட்ஸ், ஒரு ஸ்டான்ஃபோர்டு ஒரு யூபென் பல்கலைக்கழக சிறப்பு வகுப்புக்களைப் பெற முடியும். ராலேயின் பாரதி பாண்டியுடனான உரையாடலும் சவுத் கரோலினாவில் சுந்தர் பாலசுப்பிரமணியனுடனான உரையாடலும் அப்படியானவை. பாரதிபாண்டி கோரக்கர் மூலியில்(அதான் கஞ்சா) அடிமைப்படுத்தாத எண்ணெயான CBD oilஐ பிரித்தெடுத்து பெரும்வலிகளைப் போக்க ஆராய்கிறார்.

சுந்தரோ திருமூலரின் மூச்சுப்பயிற்சியில் உமிழ் நீரோடு வரும் நொதி ஒன்றின் அளவை கணக்கிட்டு இது புற்று நோய்க்கு எப்படிப் பயன்படுமென ஆராய்கிறார். இரவு 10மணிக்குத் துவங்கிய உரையாடல், சார்ள்ஸ்டன் கடற்கரையில் பின்னிரவைத்தாண்டி முழு புத்தபூர்ணிமா நிலவொளியில் அதிகாலை 1.30 வரை நடையோடு நீண்டது. காலைக் கவ்விச்சென்ற அட்லாண்டிக் கடலின் அலைகள் நிச்சயம் மெரீனா கடற்கரையோடு பேசும். பேசிடத்தானே இத்தனையும்!

ஐந்துமுறை அமெரிக்கா வந்திருந்தாலும், மேற்குக் கடற்கரைக்கு இதுவே முதல்முறை. கிழக்கில் இருந்து மேற்காய் இப்பெரும் நிலத்தில் குறுக்காய்ப் பறக்க அரை நாளாகிவிடுகிறது. விமானம் லாஸ்வேகஸ் மேல் பறக்கையில் மீண்டும் கிராண்ட் கானியன் பார்க்க முடிகின்றது. நாலு மணி நேரம் லாஸ்வேகஸில் இருந்து, சான்பிரான்சிஸ்கோ விமானத்திற்கு காத்திருக்க வேண்டியிருந்தது. லாஸ்வேகஸ் ஒரு சூதாட்ட நகரம். விமான நிலையத்திற்குள்ளும் காஸினோ சூதாட்டங்களை வைத்திருக்கின்றார்கள். இந்த விமான நிலையத்திலும் கூட காத்திருக்கும் சில மணித்துளிகளிலும், கொஞ்சபேர் டாலர்களை அங்கே கொட்டி ஆடிவிட்டு போகிறார்கள்.

அமெரிக்காவின் மிக அழகிய நகரங்களுள் முதல் மூன்று இடங்களில் ஒன்றாய் சான்பிரான்சிஸ்கோ நிச்சயம் இருக்கும். மேற்கே பசிபிக்கடல், கிழக்கே அழகிய மலைத் தொடர், இடையே வளைகுடா என நில அமைப்பும், எப்போதும் ரம்மியமான தட்பவெப்பமும் என சான்பிரான்சிஸ்கோ செம ரொமாண்டிக்கான இடமும் கூட. அதனால்தான் என்னவோ கவுதம் மேனன் சிம்பு சூர்யாவையெல்லாம் கூட்டியாந்து சின்னைப்பையனாக்கி, இங்குள்ள பாலத்திலோ பல்கலைக்கழகத்திலோ காதலைப் பொங்க வைக்கிறார் போல.

இளங்காலையிலேயே கிளம்பி, அந்தத் தங்கவாசல் பாலத்தை பார்க்கச் சென்றோம். அவ்வளவு பிரம்மாண்டமான கடலுக்கு

இடையில் கட்டப்பட்ட பாலத்தின் ஒரு கம்பியைக் கூட பார்க்க முடியாதபடி மேகம் சூழ்ந்திருந்தது. ஆனால் பாலத்தில் நடக்க நடக்க, வளைகுடாவை நோக்கி பசிபிக்கின் பெருமேகக் காற்று சுழற்றி அடிக்க, சித்ஸ்ரீராம் குரலில் எனக்கும் பாடணும் என்றிருந்தது. 1937இல் இப்பாலத்தைக் கட்டியிருக்கின்றார்கள். இங்கிலாந்தின் டவர் பிரிட்ஜ் போல, ஆஸ்திரேலிய சிட்னி பாலம் போல, முழுக்க முழுக்க இரும்புக்கம்பிகளால் கடலிடையே கட்டப்பட்ட பொறியியல் தொழில் நுட்பத்தின் உச்சம் இந்த பாலம். பாலத்திலேயே ஒரு இரண்டு மைல் போல நடந்துவிட்டு, மறுபடி விஸ்டா பாயிண்டில் நின்று பாலம் பார்க்க, கொஞ்சம் மேகம் கலைந்து, அந்த தங்கப் பாலம் பிரம்மாண்டமாய் நிற்பது தெரிந்தது.

மறுநாள் தம்பி பிரமோத்துடன் கோல்டன் கேட் அருகாமை மலையின் மேல் ஏறி, நேவி பாயிண்டில் நின்றும் இந்தப்பாலத்தின் அழகை ரசித்தோம். பாலம் முழுக்க விளிம்பில் போட்டிருக்கும் கம்பிவலையில் ஆங்கிலேயக் காதலர்கள் பூட்டாய்க் கட்டித் தொங்கவிட்டிருந்தார்கள். அதிலொருத்தன் பெரிய திண்டுக்கல் பூட்டு போட்டிருந்தான். படுபலமான தெய்வீகக்காதல் போல அவர்களுக்கு. இங்கு ஊர் முழுக்க சனிக்கிழமை ஹைக்கிங், ஞாயிறு பைக்கிங் என நடந்தும் ஓடியும் கொண்டிருக்கின்றார்கள். உடலை மிகச்சிறப்பாக பேணும் போக்கு பெரும் அலையாய் வீசுகிறது.

நகரின் வளைகுடாக் கரையோரம் முழுக்க, ஒரே ஆட்டமும் கொண்டாட்டமுமாய். சமலையின் சாலை முழுக்க கொத்துகொத்தாய் மலர்ச் சாலைகள். குரூக்கட் பாலத்தில் ஆடாத தமிழ் ஹீரோயின்கள் இல்லை எனலாம். குறிப்பாய்ப் பியர் 39 எனும் படகுச்சாலை அருகே. நம் ஆட்டம் பாட்டம் பார்க்க கடலிலிருந்து கொழுத்த கடற்சிங்கங்களும் வந்து நிற்கின்றன. இந்த ஊரின் பிரபலாமான ரொட்டிக்கடை *sourdough*.(தமிழில் புளிச்ச மாவு எனலாம்) 1850இல் இருந்து விதவிதமாய் ரொட்டி சுட்டு, அதில் தக்காளிச்சூப்பில் இருந்து பன்றி கோழி சூப் என அத்தனையும் தருகிறார்கள். “முந்தைய இரவு மாவரைத்து, கெமிக்கல் ஏதும் சேர்க்காமல், இயற்கையாய் புளிக்கவைத்து ரொட்டி செய்கிறோம்”, என எழுதியுள்ளார்கள்.

“டேய் நாமும்தான் 13 ம் நூற்றாண்டில் இருந்து அப்படி இயற்கையாய் தோசைமாவு அரைத்து புளிக்க வைத்து தோசை சுடுறோம். ஆனால் இட்லியை அப்படி நமக்கு பொசிஷன் பண்ணத் தெரியவில்லையோ”, என்று தோணியது. கரையெங்கும் பீச்,

நெக்ட்ரைன், ப்ளம்ஸ், செர்ரி என பழங்களை ஆர்கானிக் உழவர் சந்தையில் விற்கிறார்கள். விதவிதமான வண்ணத்தில் சுவையுடன் அவை இருக்கின்றன. நிறைய மருத்துவப்பயன்கள் உள்ள பழங்கள் அவை. உள்ளூர்காரர்க்கு இது நிச்சயம் அமிர்தம். எங்க ஊருக்கு கொய்யா பப்பாளி மாதுளை போதும்.

சான்பிரான்சிஸ்கோவில் கண்டிப்பாய் போக வேண்டிய சாலைப் பயணம் *Ca1 enum* மலையும் கடலும் முத்தமிடும் நெடுஞ்சாலை. பாறைகளை வந்து நுரைத்துக் கொஞ்சம் பசிப்பிக்கின் மொழி போதையூட்டும் கவிதை. தண்ணீரைத் தொட்டாலே உறைய வைக்கும் குளிர். கண்ணுக்கெட்டும் தூரத்தில் திமிங்கலமும், கடற்சிங்கங்களும் அடிக்கடி தட்டுப்படுமாம். “எனக்கு சங்கத்தில் பாடாத கவிதை உன் அங்கத்தில் யார் தந்தது தர ர ர” எனும் ராஜாவின் வரிதான் கேட்டது அந்த துருசு நீலக்கடலை அமைதியாய்ப் பார்க்கையில்.

சான்பிரான்சிஸ்கோவில்தான் சிலிக்கான் வேலி. கிட்டத்தட்ட 45,000 தமிழர்கள் இங்கு உள்ளனர். ஆப்பிள், ஃபேஸ்புக், கூகுள் என உலகை இன்று ஆளும் அத்தனை பெரும் நிறுவனங்களும் இங்கு முளைத்து பிரம்மாண்டமானவையே! இப்போதைய அவர்கள் தொழில்நுட்பம் தலைசுற்ற வைக்கிறது. குறிப்பாய் பெருகி ஓடும் டெஸ்லா கார். ஸ்மார்ட் கார். அதுவே வேகம் கூட்டி குறைத்து லேன் மாற்றி ஓடுகிறது. கூகுள் கார் டிரைவரே இல்லாமல் ஓடத் தயாராகிறது. சாலையில் ஓடும் கார்கள் ஒன்றோடொன்று பேசி வேகம் சீராக்கும் *connective smart vehichile* தொழில்நுட்பம் படுவேகமாக நெருங்கி வருதாம்.

நாம பிளேனே ஓட்டினாலும் பக்கத்து சீட்டிலிருக்கும் பாரியாள், “என்னத்த..பாத்து ஓட்டுங்க..ஏன் இப்படி” என அழகிய முகத்துடன் சொல்லாமல் வரமாட்டார்கள். ஆனால் இந்தக்கார் வந்துட்டால், இனி நாம ரொமான்ஸோ சண்டையோ எதை செய்தாலும், கார்கள் பேசிக்கொண்டு பத்திரமாய் இடிக்காமல் போய்விடுமாம். இங்கு கட்டப்படும் மொத்த வீட்டையே கூகுளோ டெஸ்லாவோ ஆப்பிளோ பொறுப்பு எடுத்து க்கொள்கிறது. கதவு திறப்பது, முதல் கூட்டி பெருக்குவது, ஜட்டி பனியன் துவைக்க ஆர்டர் கொடுப்பதுவரை அத்தனையும் ஆப்பிளோ கூகிளோதான்.

மருத்துவ உலகில் இன்னும் உச்சம். டிஜிட்டல் தெரபியூட்டிக்ஸ் படு வேகமாக டாக்டரை கடவுளில் இருந்து பூசாரியாக்கி வருகிறது. ஆப்பிள் வாட்ச் நேரே “இவன் இதயம் சரியில்லை” என டாக்டரிடமும்

இன்சூரன்சிடமும் பேசுகிறது. பக்கவாத நோயாளிக்கு, ஃபேஸ் கேம்ஸ் மூலம் கைகாலை ஆட்ட, மூளை மூலம் தூண்ட வைக்கிறார்கள். தானாக யூரின் போய்விடும் முதியவர் மூளையை, வாட்ஸப் ஆப் மூலம் பயிற்சி கொடுத்து, மூளை நியூரான்களை சீராக்குகிறார்கள். கிட்டத்தட்ட சிலிக்கன் வேலி இன்னொரு மருத்துவ உலகைப் படைத்துக் கொண்டிருக்கின்றது.

அந்த வேலியில் கோலோச்சும் பெரும் ஆளுமைகள் எல்லாம் தமிழர்கள் இந்தியர்கள். முக்கியமான விஷயம், இந்தியாவின் தமிழகம் தவிர பிறபகுதியில் வந்தவர்களில் பெரும்பாலும் நகர்ப்புறத்தோர். மும்பை புனே பெங்களூர் ஹைதராபாத்தில் இருந்து கிளம்பியவர். தமிழக ஆளுமைகளில் பெரும்பாலோர் இளையாங்குடி விளாத்திகுளம் சல்வார்பட்டி பாபிரெட்டிப்பட்டி எனும் கிராமியப் பின்னணியில் இருந்துவந்தவர். சாதியால் மறுக்கப்பட்ட கல்வியை, நம் தமிழகம் அன்றே முன்னோடியாய் நின்று உடைத்து, நம் விளிம்பு நிலை ஒடுக்கப்பட்ட மக்களுக்கு, கல்வியையும் பகுத்தறிவையும் சுயமரியாதையும் கொண்டு சேர்த்ததுதான் இந்த மாற்றத்தை கொண்டு வந்தமைக்கு மிக முக்கிய காரணம் என்பதை அப்பட்டமாக சிலிக்கன் வேலியில் பார்க்கலாம். கொஞ்சம் பெருமிதமாகவே இருந்தது.

கோவிட்டுக்குப்பின் “தொடாத உலகம்” பெருகுகின்றது. ரோபாட்டுக்கள் வந்து ரவா தோசை கொடுக்கின்றது. பெரும்கடைகள் பல “நீயே பில் போட்டு நீயே பணம் கட்டிக் கொண்டு போ” என்கின்றனர். “சரியாய் பணம் வருதா?” என கணிக்க, சோழிங்கநல்லூரில் நம் பொண்ணும் பையனும் நடு ராத்திரியில் கோடு எழுதிக்கொண்டு இருக்கின்றார்கள். இப்போது கணிணியின் கோடு எழுதவும், கணிணிகளே தயாராகின்றன. செயற்கைத் தொழில்நுட்பமும், இயந்திரக்கற்றலும், டேட்டா கலெக்‌ஷனும்தான் சிலிக்கான் வேலியின் அதிதீவிர தேடல்கள். இன்னுமும் இது தேடலுடன் வருவோருக்கான நிலமே! தேடுங்கள் கிடைக்கும், தேடியதைவிடக் கூடுதலாய்...

செங்கன் ஐரோப்பா...

"அப்பா... நீயும் அம்மாவும் இங்க, என் வீட்டுக்கு வாங்க ; உனக்கு பிடிச்ச இடத்துக்கெல்லாம் நான் கூட்டிட்டு போறேன்", இந்த குரல் கேட்கப் பெற்றவர்கள் கொடுத்து வைத்தவர்கள். நாங்கள் கொடுத்து வைத்தவர்தாம்! "இந்த ஞாயிற்றுக்கிழமை ஸ்பென்ஸர்ஸ் மால் போகலாம்" என 15 ஆண்டு முன்பும், "நாம மூணாறு வழியா போய் உடுமலைப்பேட்டையில் இறங்குகிறோம் "என 10 ஆண்டுகளுக்கு முன்பும் என மகளை ஊர்சுற்றிக் காண்பித்த காலம் போய், இப்போது அவள் "எனக்கு பத்துநாள் லீவு இருக்கு. நீங்க வாங்க" என கூப்பிட்டபோது, மனசுக்குள் மடித்து வைக்கப்பட்டிருந்த இறக்கை விரித்துக்கொண்டது.

52 | இன்னொரு மலை, இன்னொரு நதி...

“முதல்ல நான் படிக்கும் பல்கலைக்கழகம் பாக்குறீங்க. அதுக்கப்புறம் முழுக்க முழுக்க ஐரோப்பிய கிராமங்கள். ஜெர்மனியின் சாலைப் பயணம், ஆங்காங்கே செக் ஆஸ்ட்ரியா சுவிச்சர்லாந்து நாடுகளின் நெரிசலில்லா ஆல்ப்ஸ் மலைப்பாதை பயணம் என 3000 சொச்சம் கிமீட்டருக்கு பயணத்திட்டத்தை கூகுள் மேப்பில் வரைந்து அனுப்ப நான் செங்கன் ஐரோப்பிய நாடுகளுக்கான விசா வாங்க வரிசையில் நின்றேன்.

பெரும்பாலும் தனிக்காட்டு ராஜாவாக ஊர்சுற்றும் நான், இந்த முறை பொறுப்பாக மனைவியுடன். “ம் இந்த பாருங்க.. பெட்டி புதுசா வாங்கனும். ரொம்ப குளிரும்.. ஷீ வாங்கணும். விண்ட்டர் வேர் வாங்கணும் என மனைவி ஷாப்பிங்கை சென்னையிலேயே துவங்க, நான் புத்தகக் கண்காட்சியில் சாப்பாட்டுப் பரிமாறல், மாபெரும் தமிழ்க்கனவில் இளரத்தத்தை தமிழறம் சொல்லி உசுப்பேற்றல் என உள்ளூர் சுற்றிக் கொண்டிருந்தேன்.

“பத்து நாளைக்கு ஏன் இவ்ளோ பெரிய பெட்டிகள்”

என நான் கேட்க, “இதுவே பத்தல, உங்க டெரெஸ் எல்லாம் உங்க ஹேண்ட் லக்கேஜ்ல வச்சுக்குவேங்கல்ல? என வேறெங்கோ பார்த்தபடி அவள் கேட்டாள். “அப்ப அந்த இரண்டு பெட்டி?”

“தோசைக்கல், இடியாப்பா பிழியும் இயந்திரம்..” “இது என்ன?” நான் கேட்க, “அது புட்டு செய்றது” என்றாள். “புட்டுக்குழல் வழக்கமா பீரங்கி குழாய் மாதிரி இருக்குமே! இது என்ன வட்டமா சின்னதா? “என கேட்க, “நீங்க உங்க வேலையை பாருங்க..இது குட்டியா ஒரு ஆளுக்கு செய்யுறதாக்கும். நியூ மாடல்” என்றாள். அந்த பெரிய பெட்டிகளோ என் சட்டை பனியன் உள்ளாடை எதுவம் வைக்காமல், மொத்தமாய் 54 கிலோ வந்து நிக்க, “50 தான் இரண்டு பேருக்கு எடுத்து செல்லலாம்; கூடுதலாய் ஒரு கிலோவுக்கு 75 ஈரோ வாக்கும்; 75 ஈரோ என்றால், கிட்டத்தட்ட 6500. நாலுகிலோவுக்கு 26000 ஆகும் “என்றேன். தோசைக்கல்லும் புட்டு மிஷினும் மட்டுமே என்னைப் பார்த்து சிரித்தது.

வழக்கம் போல் நம்ம வஸ்தாதுக்களை குட்டி கைப்பெட்டியில் அடைத்துக் கிளம்பினேன். நாம சும்மா இருந்தாலும் நம்ம கிரகம் சும்மா இருக்குமா, சென்னை விமான நிலையத்தில் எமிரேட்ஸ்காரன் எந்த கேள்வியும் கேக்காமல் எடையை கணக்கிலேயே கொள்ளாமல்,”வேணும்னா கைப்பெட்டியையும் ஏற்றிக்கிறேன். ஆம்ஸ்டர்டாமில் போய் எடுத்துக் கொள்ளலாம்” என்றார். அம்மணி என்னை பார்த்து முறைத்துக் கொண்டே “என்னைக்காவது எம் பேச்சைக் கேக்குறீங்களா? அந்த புதினாசட்னிய எடுத்து வந்திருக்கலாம்; ஏன் தான் இப்படி பரபரன்னு பேசியே..” என சொல்லி நகர்ந்தாள்.

துபாய் வரை போயிங் விமானம். துபாயில் இருந்து ஆம்ஸ்டர்டாம் செல்லும் விமானத்துக்கு, துபாயில் நகரும்தரை, நகரும் படிக்கட்டு, அப்புறமா இரயில், பின்னே கொஞ்சம் லிஃப்ட் என் கேட் மாற ஒன்றே முக்கால் கிமீட்டர் நடக்க வேண்டும். சாரி கிட்டத்தட்ட ஓட வேண்டும். வயசானவங்க நல்ல 3-4 மணி நேர இடைவெளிவிட்டு அடுத்த விமானத்தைப் பார்த்து பதிவு செய்யணும். இந்த முறை ஓட்டத்தில் நமக்கும் லைட்டா வயசாயிடுச்சுனு புரிஞ்சுது.

துபாயில் இருந்து ஏ 380 ரக விமானம். உலகின் மிகப்பெரிய பயணிகள் விமானம் 380 ரகம்தான். கிட்டத்தட்ட 850 பயணிகளை ஏற்றிப் பயணிக்க முடியும். 550 பயணிகளோடு, இதே ரக ஏ380 ரக விமானங்களை தினசரி 127 விமானங்களை எமிரேட்ஸ் இயக்குகிறது. சின்ன கப்பல் மாதிரி விமானத்தில் எந்த ஒரு அசைவும் ஆட்டமுமில்லாமல் விண்ணில் 40,000 அடியில் பறக்கும் அனுபவம் அலாதிதான். விமானம் ஆம்ஸ்டர்டாம் தரையிறங்குகையில் சன்னலைப் பார்த்தால் தெரியும் நிலப்பரப்பை என்னவள் பார்த்து

கொஞ்சம் "மாவுரெட்டிப்பெட்டி மாதிரி இருக்குல்ல..அங்கங்க சொட்டையா கொஞ்சம் குளம் மாதிரி என்றாள்" "ஆமாமா" என்றேன். "வேற என்ன செய்ய முடியும்?"

நெதர்லாந்து ஒரு அழகிய நாடு. டச்சு நிலம். இந்தியாவுக்கு நிலம் தேடி வந்த போர்ச்சுகீசியர், பிரஞ்சுக்காரர், இங்கிலாந்துக்காரரோடு டச்சுக்காரரும் கணிசமானோர் உண்டு. இந்த புதிய உலகிற்கான பெரு வளர்ச்சியில் டச்சுக்காரர்களும் ஜெர்மனியரும் அடிப்படை அறிவியலில் குறிப்பாக மருத்துவ அறிவியலில் பெரும் பங்களிப்பு செய்துள்ளனர். சமீபத்தில் சித்தார்த் முகர்ஜி எழுதிய *Song of the cell* உலகை உலுக்கி வரும் நூலில் நிறைய இடங்களில் நாம் செல்பயாலஜியில் படிக்கும் பல விஷயங்களை டச்சுக்காரர்கள் ஜெர்மானியர் கண்டுபிடித்ததை சொல்லி சொல்லி புகழ்வார். இரண்டாம் உலகப்போருக்குப் பின் தான், ஜெர்மனியின் வீழ்ச்சிக்குப் பின்னரே, அறிவியல் உலகின் கைப்பிடி அமெரிக்கர் கையில் கணிசமாய்ப் போனது. அதுவரை அனேகமாக கிரேக்க அறிவியலின் உச்சத்தின் நீட்சி ஜெர்மானியரும் டச்சுக்காரரும் தான்.

ஆம்ஸ்டர்டாமில் பயணிப்பது இது இரண்டாம் முறை. 2002-2004 இல் உணவு அறிவியல் நிறுவனத்தில் ஆய்வில் ஈடுபட்டிருந்தபோது, ஆஸ்திரேலிய நண்பர் ட்ரிவருடன் ஒரு மாதகாலம் அங்கு தங்கி இருந்த அனுபவம் உண்டு. இந்த பயணம் வேறு உலகம் நோக்கி. ஷெஃபோல் விமான நிலையத்தில் இருந்து மகளோடு ஐந்தோவன் நோக்கிப் பயணித்தோம். ஐந்தோவன் பிலிப்ஸ் சாதனங்களைப் படைத்த அழகிய நகரம். இங்கிருந்து இன்னும் 9-10 நாட்கள் இந்த ஐரோப்பிய நிலத்தில் பயணம். பயணிப்போம்!

"திரை கடலோடியும் திரவியம் தேடு"என்றார் அவ்வை. 'திரவியத்தைத் தேடுறோமோ இல்லையோ படிப்பைத் தேட கடல் கடக்க வேண்டும்'. குறிப்பாய்ப் பட்ட மேற்படிப்புகளைத் தேடி படித்து வருதல் ஒரு உயரப்பறத்தல் அனுபவம். "வெளி நாட்டில் படிக்க வேண்டும்", என்ற கனவு எனக்கும் எக்கச்சக்கமாய் இருந்தது உண்டு. அதுவும் அமெரிக்காவில் மேற்படிப்பு என்ற கனவு 1992-93 களில் பலமாய் இருந்தது. பணிக்காக சென்னைக்கு வந்த பொழுதுகளில், நண்பர் மருத்துவர் சாம் ஜப்பானுக்கு செல்ல, ஒவ்வொரு கணிணியர்களாய் அமெரிக்காவுக்கு கப்பலேறிய பொழுதில், நாமும் அங்கு போக முடியாதா? அங்கு சென்று படிக்க முடியாதா என ஏங்கியதுண்டு.

குட்டியாய் ஒரு மருத்துவ மாநாட்டுக்கு, அமெரிக்காவில் அழைப்பு கிடைக்க, அதற்கு விசா வாங்கி, அப்படியே நைசா உள்ளேயே தங்கிடலாம், என நினைத்து அமெரிக்க தூதரக விசா வரிசையில், இரவெல்லாம் துண்டு விரித்துப் படுத்துக்கிடந்து, காலையில் உள்ளே போனதும் "உனக்கெல்லாம் படிக்க விசா கிடையாது; ஓடிப்போ", என விரட்டப்பட்ட சம்பவம் இரண்டு முறை நடந்தது உண்டு. ஆனால், காலம் நம்மை வேறு பக்கம் உருட்டிச்சென்று பல நாடுகளுக்கு இப்போது போய் வந்தாலும், ஒவ்வொரு முறை வெளி நாடுகளில் பெரும் பல்கலைக்கழகங்களைப் பார்க்கும் போதெல்லாம் ஒரு ஏக்கம் மேலிடத்தான் செய்யும்.

அசுரன் திரைப்படத்தில் "ஏலே, சிதம்பரம் நம்மட்ட பணம் இருந்தா புடிங்கிருவானுவ, சொத்து இருந்தா புடிங்கிருவானுவல, படிப்பு மட்டும்தாம்ல பிடுங்கவே முடியாது" எனும் அற்புத திரைமொழி தனுஷின் கரகரத்த குரலில் காவியப்படுத்தப்பட்டிருக்கும். அது 100 சதவீதம் மறுக்க முடியாத உண்மை. நம் நிலத்து விளிம்பு நிலை மக்கள் அமெரிக்காவின் ஐரோப்பாவின் பல பல்கலைக்கழகங்களில் படிப்பில் உயர்ந்து நிற்பதை இன்றும் என் பல பயணங்களில் பார்த்து வியந்து நின்று இருக்கின்றேன்.

அப்படி இம்முறை பயணத்தில் வியந்து நின்ற பல்கலைக்கழகம் *TU Delft*.. “அப்பா நீங்க நான் ஸ்டேஜில் டான்ஸ் ஆடுவதைப் பார்க்க வருவீங்களா?” என இரண்டாம் வகுப்பில் படிக்கும்போது கேட்ட மகள் இப்போது “எங்க யூனிவர்சிடி உலகத்தர வரிசையில் முதல் பத்தில் உள்ளது; அதுவும் ஆர்கிடெக்டில் MIT க்கு அடுத்து எங்கள் பல்கலைக்கழகம் தெரியுமா? “என சொன்னாள. இரண்டு பொழுதுகளிலும் நாங்கள் வாய் பிளந்துதான் பார்த்து நின்றோம். அன்று சென்னையின் பள்ளி. இன்று ஐரோப்பாவின் மிக பாரம்பரியமான பெரும் பல்கலைக்கழகம் இது. நெதர்லாந்தின் Delft நகரத்தின் பாதி நிலத்தை இந்தப் பல்கலைக்கழகம்தான் ஆக்ரமித்து உள்ளது.

1842 இல் ஆரம்பிக்கப்பட்டு 26,000 மாணவ்ர்களுடன் பிரம்மாண்ட மாய் நிற்கும் இப்பல்கலைக்கழகம் டச்சு கிழக்கிந்திய கம்பெனியால் துவக்கப்பட்டதாம். (*Seed capital* நம் ஊரில் இருந்து எடுத்து வந்ததா என தெரியவில்லை. விசாரிக்கணும்- அமெரிக்காவின் யேல் பல்கலைக்கழகம் எல்லாம் அப்படித்தான் என வரலாறு உண்டு)

தலைகீழாக நின்று தண்ணீர் குடிச்சுப் பெற்ற, சித்த மருத்துவப் பல்கலைக்கழகம், கோப்பாய் கவர்னர் மாளிகையில் குப்புறப்படுத்து இருக்கின்றது. டெல்ப்ட் பல்கலைக்கழகத்தின் ஒவ்வொரு படிக்கட்டு ஏறும் போதும், நம் சித்த மருத்துவப் பல்கலைக்கழகத்தை இப்படி கட்ட முடியாதா? எம் மாணவர் இதே பீடுடன் நடக்க முடியாதா? என ஏங்கித் தவித்தது உண்மை. முடியாத கனவெல்லாம் கிடையாது. தேவை எல்லாம் பெருங்கனவைச் சுமத்தலும் அதற்கான முதல் முயற்சியைத் துவக்கலும் மட்டும்தான்.

ஆர்கிடெக்டில் கோலோச்சும் பல்கலைக்கழகம் என்பதால் வளாகத்தின் ஒவ்வொரு கட்டடமும் பேரழகு. குறிப்பாய் மில்லியன் புத்தகங்களை ஆவணங்களாய் கொண்ட பெரு நூலகம். நூலகத்தின் மையப்பகுதியில் ஒரு இருக்கையும் ஒரு டேபிளும் ஒரு கண்ணாடியும் வைத்துள்ளார்கள். அது virtual reality கண்ணாடி. அதை அணிந்து கொண்டு இலட்சம் ஆவணங்கள் புத்தகங்களை உங்கள் கண் முன்னால் கொண்டு வந்து வாசிக்கலாம். அப்படி ஒரு அலாதி அனுபவம். நானும. கொஞ்சம் வாசித்து பிரமித்தேன். இனி நூலகம் எங்கு உலகின் எந்த மூலையில் வேண்டும் என்றாலும் இருக்கலாம். Play station game போல் கண்ணாடியைப் போட்டுக்கொண்டு iCloud இல் உள்ள கோடி புத்தகங்களைத் தேடி வாசிக்க முடியும்.

சூழலுக்கு தீங்கு விளைவிக்காத கட்டடங்கள், *climate change* சிக்கலுக்கு தயாராகும் கட்டடங்கள், பெரும்பகுதி சோலார் விண்ட் எனர்ஜியில் பெறப்பட்ட ஆற்றலில் இயங்கும் அனைத்து சாதனங்களும் என பல்கலைக்கழகம் வியக்க வைக்கின்றது. கல்லூரியில் படிக்கும் எல்லா மாணவர்க்கும் ஒரு வேளை கட்டாய பழ உணவை பல்கலைக்கழகம் வலியுறுத்துகிறது.

முனைவர் படிப்பின் இறுதி நாளான தன் ஆய்வைச் சமர்ப்பிக்கும் நாள், கிட்டத்தட்ட குட்டி பாராளுமன்ற அறையில் பல நடுவர்க்கு நடுவில் நடக்கின்றது.(*youtube* இல் சொடுக்கிப் பாருங்கள்). முனைவர் படிப்பு முடித்ததும் அந்த ஆய்வு, கோப்பாய் நூலகத்தில் தூங்காமல், அந்த ஆய்வை எப்படி பயனுக்கு கொண்டுவருவது, வணிகப்படுத்துவது, மக்களுக்கு பயனாகும் விதமாய் செயல்படுத்துவது? என *valorisation team* செயல்படுவது இப்பல்கலைக்கழகத்தின் ஆகச் சிறப்பான அம்சம்.

வழியெல்லாம் வெண்ணிற செர்ரி மரங்கள். பாதையின் நடுவெல்லாம் மஞ்சள் நிற டெஃபல்டார்ப் மலர்கள் பூத்து நின்ற பாதை. சுற்றி சுற்றி ஓடும் ஓடையில் வெள்ளை மார்புடன் மிதந்தும் பறந்தும் திரியும் பறவைகள், பருத்து உயர்ந்து நின்ற வெண் நாரைகள். கிட்டத்தட்ட 6 டிகிரி குளிர். தூவிக் கொண்டிருந்த விடாத மழை. நானும் மனைவியும் கொஞ்சம் நடுங்கிக்கொண்டே ஒவ்வொரு வளாகமாக வாய்பிளந்து பார்த்துக் கொண்டிருந்தோம். மழையில் மட்டும் கண்கள் நனையவில்லை.

நெடுந்தொலைவைக் கடக்கும் பயணங்கள் எப்போதும் அலாதியானது. அதுவும் சாலையில் பயணிப்பது மனசுக்கு எப்போதும் கிளர்ச்சியானது. ஐந்தாம் வகுப்பில், அப்பா ஆபீஸ் ஜீப்பில் கிருஷ்ணாபுரம் வரை போனது, சண்முக மாமா கல்யாணத்துக்கு சாத்தான்குளத்தில் இருந்து மதுரை வரை போனது போன்ற, சன்னலோர சாலைப் பயணம் என் மூளையின் அமைக்டலாவை முதன்முதலாய்த் தூண்டிய சம்பவங்கள்.

இந்த முறை ஐரோப்பிய பயணத்தில் நாடுகளைச் சாலை வழி கடப்போம் என முடிவானது. நெதர்லாந்து நாட்டிலிருந்து ஜெர்மனியைக் குறுக்குவாக்கில் கடந்து, செக் ரிபப்ளிக், ஆஸ்ட்ரியா, லக்ஸ்ம்பர்க் நாடுகளுக்குள் பயணிக்கத் திட்டம். சாலைப்பயணத்திற்கென சில விதிகள். 4-5 பேர் ஒரே காரில் பயணிப்பது அவசியம். ராஜாவையோ ரஹ்மானையோ காரில் அழைத்து வருவதும் அத்தியாவசியம். கூடவே பகலில் மட்டும் வண்டி ஓட்டிக்கொண்டு, அதிலும் அவ்வப்போது

அழகிய வெளிகளில் வண்டியை நிறுத்தி ஓய்வெடுத்துக்கொள்வது மிக அவசியம். இரவில் தங்குவதற்கு "புக்கிங்.காம், ட்ரிப் அட்வைசர், ஏர் பி அண்ட் பி" முதலிய தளங்களில் வசதிக்கேற்ப அறை எடுத்துக் கொள்வது அவசியம். Airbnb பட்ஜெட் அறைகள் எடுக்க அருமையான தளம்.

பட்ஜெட் அறைகளில், அகஸ்மாத்தா கையைக் காலை நீட்டி, ஆயாசப்படுத்த எல்லாம் இடம் இருக்காது. படுக்க - குளிக்க - கழிக்க மட்டும் இடம் ஒதுக்கப்பட்டிருக்கும். எனவே சாலைப் பயணங்களில் "ஜம்போ பெட்டிகளை" தவிர்ப்பது உசிதம். "எதுக்கும் இருக்கட்டும்", என வீட்டம்மா வீட்டை காலி பண்ணி பெட்டிக்குள் அடைத்து வரும் போது, அதை அடைகாப்பதும்/ நெரிசலான படிகளில் உசக்க எடுத்துச் செல்வதும், டெல்ப்ட் போன்ற பெரிய பல்கலைக்கழகங்களில் கூட சொல்லித்தர மாட்டார்கள். சில நேரத்தில் இங்கே பாட்டுப்பாடித்தான் பாத்ரூமில் குளிக்க வேண்டும். ஆம்! நாங்க தங்கியிருந்த செக் நாட்டில் வாசலுக்கு அடுத்து கண்ணாடிக் குளியறையும் முட்டுக்கு கீழே தெரியும் கழிப்பறையும் உள்ளது.

"செக்கோச்லோவோகியாவின் வாஸ்து" அப்படியா?எனத் தெரியவில்லை. "இல்ல இதெல்லாம் நமக்கு வசதிப்படாது" என 'ஹில்டன்/ ராடிசன்' என நட்சத்திர ரூம் எடுத்தால் ஒவ்வொரு முறையும் ஜட்டி பனியன் மாற்ற ஆம்ஸ்டடாமில் இருந்து அரும்பாக்கத்துக்கு ஒரு எட்டு வந்து சென்றுவிடலாம். அந்த அளவு காசு கறந்துவிடுவார்கள். பட்ஜெட் அறைகள் பயணத்தின் பலம்.!

ஜெர்மனிக்கு குறுக்கே சாலையில் பயணிப்பது வாழ்வின் உச்சகட்ட உற்சவம். அந்தக்காலத்தில் ஷாரூக்கான் கஜோலோட "துஜே தேகா ஜோஹா .."என பாடிப்போன பாதை எனக்கு தேரையர் குடிநீர் பாட்டை விட பலமாய் மனதில் பதிந்து போன ஒன்று. இப்ப வயசாகிப் போனாலும், கொஞ்சம் ஸ்கார்பை கல்ர் கலரா போட்டு, கழுத்த உசத்தி(கழுத்தா..இருந்தா தானே..மனைவி மைண்ட் வாய்ஸ்.) அதே பாட்டைப் பாடி போட்டோவுக்கு போஸ் கொடுத்து,. மஞ்சள் போர்த்திய *rapseed* வயல்களைக் கடந்த வேகம் "எண்டார்பின் மொமன்ட்ஸ்".

மாலை நெருங்கும் போது எல்பே நதிக்கரையை எங்கள் ஸ்கோடா தொட்டது. எல்பே நதிக்கரையில் தான் கிழக்கு ஜெர்மனியின் ட்ரெஸ்டன் நகரம் செதுக்கப்பட்டுள்ளது. எல்லா நதியும் அழகு. எல்பே நதி பேரழகு. நதியின் இருபுறமும் ஜெர்மனியின் ட்ரெஸ்டன் கோட்டை கொத்தளங்கள் படு மிடுக்காய். இந்த ட் ரெஸ்டன் நதியில் பாதி ஜெர்மனியின் கோட்டைகள். மீதி மிகப்பெரிய பல்கலைக்கழகம். அனேகமாக இங்குள்ள " மேக்ஸ் பிளாங்க் ஓரிரு வருடத்தில் நோபல் பரிசு வாங்குமாம். *ALS* நோய்கான காரண புரதத்தை கண்டறியும் பணியின் கடைசிக்கட்டத்தில் அவர்கள்.

ஒருபக்கம் "பிஸிக்ஸ் ஆஃப் லைஃப்" துறை இன்னொரு பக்கம் நானோ மைக்ரோ எலக்ட்ரானிக்ஸ் என இப்பல்கலைக்கழக ஆய்வுகள் எலான் மஸ்க்குக்கு சவால் விடும் நாளைய கணிணி உலகத்துக்கு சிற்பிகளைச் செதுக்குகின்றார்கள். ட்ரஸ்டனின் இன்னொரு பெயர் "சிலிக்கன் வேலிப் ஜெர்மனி". மாலையில் நம் ஊர் இளைய தலைமுறை பல்கலைக்கழக மாணவர்களுடன் உணவருந்த சென்றால், ஒரு விஷயம் புல்லரிக்க வைக்கிறது. சென்னைப்பசங்க ஓரிருவர்தாம். பலரும் இளையாங்குடி திருவாரூர், மதுரைப்பக்கம் என முதல்தலைமுறை வெளிமண் மிதித்தோர். நம் தமிழகத்தில் மட்டும்தான் இப்படியான கிராமப்புற மைந்தர் உலகப்பரப்பில் விரிவது சாத்தியமாகி உள்ளது. கபிலன், கணியனில் துவங்கி பெரியார் வரை கண்ட பெருங்கனவும் அவர்தம் காலத்தில் அதற்கென துவங்கிய முதற்செயலும்தான் முதற்காரணம்.

அதிகாலை ட்ரிஸ்டன் எருகே சாக்சனி பொஹிமியன் மலைத் தொடரில் சாக்சன் ஸ்விஸ் மலையை நோக்கிப் பயணித்தோம். 100மில்லியன் ஆண்டுகளுக்கு முன்னர் உருவான படிமப் பாறைகளாலான ஆதி உலகத்துப் பாலம். அமெரிக்காவின் கிராண்ட் கானியனை அடிக்கடி நினைவூட்டும் மலைத்தொடர். 'அயர்சேக்கர்' எனும் முட்டையில் செய்யப்படும் தின்பண்டத்தை ஒரு எக்ஸ்பிரஸோ காபியோடு சாப்பிட்டுக்கொண்டு சாக்சனி மலை விளிம்பில் நடக்கும் போது, கண்டிப்பாய் "ஒன்னோட நடந்தா" எனும் சுகாவின் வரி, ராஜா இசையோடு காதில் கேட்கும். கொஞ்சம் விட்டு விடுதலையாய் உணர்வோம்...மூட்டை முடிச்சுகளோடு எங்கள் நீல நிற ஸ்கோடா எல்பே நதியைக் கடந்து செக் ரிபப்ளிக் நாட்டை நோக்கி விரைந்தது. எங்களுக்கு முன்னர் எல்பேயும் பிராக் நகரில் எங்களுக்காக இன்னும் பல பிரம்மாண்டங்களுடன் காத்திருந்தது. நீங்களும் காத்திருங்களேன்!

இந்தப்பயணத்தின் பெரும் பிரமிப்பை மூளைக்குள் சொருகிய நகரம் பிராக். செக் நாட்டின் தலைநகரம். இந்த ஊரை எப்பவோ வரலாற்றுப் பக்கத்தில் கடந்து சென்றதைத்தவிர, பெரிதாய் ஏதும் தெரியாது. ஜெர்மனிக்கு டெரெஸ்டனுக்குப் படிக்கச் சென்ற மகள் "அப்பா! இந்த சனி ஞாயிறு நானும் என் தோழியும் பிராக் பார்க்கப் போறோம்", என சொன்ன போது " பிராக் ஆ? அது செக்கோஸ்லோவோகியால்ல இருக்கு.. அவ்ளோ தூரமா? இப்ப எதுக்கு அங்கே " என நான் கேட்க, " அப்பா! எங்க ஊர்ல இருந்து ரொம்ப பக்கம். இன்னோரு விஷயம் செக்கோஸ்லோவோக்கியா

இரண்டா பிரிஞ்சு ரொம்ப நாளாச்சு பிராக் இருப்பது செக் ரிபப்ளிக், ஜெர்மனி பார்டராக்கும்" என அவள் சொன்ன போது பிராக் பற்றி இணையத்தில் படித்தேன். நிச்சயம் பிராக் நகரைப் பார்க்கணும் என முடிவும் செய்திருந்தேன்.

சாக்ஸன் சுவிஸின் பிரமிப்புகளில் இருந்து, நானும் காரும் கீழிறிங்கி, எங்கள் வண்டி பொஹிமீய மலைப்பாதையில் வளைந்தும் நெளிந்தும் பயணித்து செக் ரிபப்ளிக் பார்டரைத் தொட்ட போது மணி 4 ஆகிவிட்டது. பிராகிற்குப் போகும் முன் ஜெர்மனி நாஜிப்படையினரின் "கான்ப்ரண்டஷன் காம்ப்", போய்விட்டு பிராகிற்கு நுழையத்தான் முதலில் திட்டமிருந்தது. அது ஒரு நாஜிக்களின் கொலைக்களம். கில்லட் உள்ளிட்ட கொடூரமான கொலைக்கருவிகளால் ஹிட்லர் கொன்று குவித்த இடம். 4.30 மணிக்கு அதனை மூடிவிடுவார்கள் என்பதால் அங்கு செல்லாமல், வண்டியை நேராக பிராக்கிற்குச் சென்றோம். (செக் ரிபப்ளிக் வருபவர்கள் இது போன்ற 2-3 கான்பரண்டஹன் காம்ப் ஐ பார்த்தே செல்கின்றனர்).

வழியில் பசிக்கு சாலை ஓரக்கடையில் நிறுத்த சூடான லெண்ட்டில் சூப் கிடைத்தது. கூடவே, சின்னமான் இனிப்பு ரொட்டி ஒன்றை வாங்கி நால்வர் பகிர்ந்து சாப்பிட்டோம். இங்கே இலவங்கப்பட்டையைக் "கேக், ரொட்டி, டோனட், பை", என பல பலகாரங்களில் ஏகத்துக்குப் பயன்படுத்துகின்றனர். இலவங்கப்பட்டையோடு ஏகத்துக்கு ஒட்டியிருக்கும் "ஐசிங் சர்க்கரை"தான் நம்மை கலவரப்படுத்துகிறது. வழியில் எல்லா இடங்களிலும் காபி கிடைக்கிறது. ஆனால், ஃபில்டர் காபி என போட்டிருப்பதைப் பார்த்து கும்பகோணம் டிகிரி காபி என எகிறி வாங்கிட வேண்டாம். அது வேற வஸ்து. நம் ஊர் காபி ஸ்டைலில் வேண்டும் எனில், ஒரு 'எஸ்பிரசோ காபி' உடன், இன்னொரு 'காஃபி லேட்டே' வாங்கி ஒன்றாய்க் கலந்து, அதனை இரு பங்காய்ப் பிரித்து ஆளுக்கு ஒன்றாய் சாப்பிடலாம்.

இந்த ரெசிபியை கடைக்காரன் கண்ணில் படாமல் செய்யணும். சில வேளையில் நம் செய்கையைப் பார்த்து அவன் பதறிப்போகக் கூடும். வாய் கோணி முறைக்கவும் கூடும். அது அவன் பிரச்சினை. "எதுக்கு இதெல்லாம்? என சமத்தாய் தேநீர் வாங்கி அருந்தலாம் என நினைத்தால், நமக்கு பரிச்சயமான பெட்ரோமாக்ஸ் லைட்டே என கேட்டு வாங்கிடணும். கடந்த இரவில், டிரெஸ்டனில், "ஜாப்பனீஸ் தேனீர்", என ஒன்றை நான் வாங்கிப்பட்ட அவஸ்தை எனக்குத்தான் தெரியும். சித்த மருத்துவத்தில் செய்யப்படும் "பஞ்சமூட்டிக் கஞ்சி" அது.

ரெசிபியைத் திருடி, பேர் மாத்திருக்காணுங்கன்னு நினைக்கிறேன். மண் சட்டியில் வறுத்தெடுத்த மூன்று நான்கு வகை பயறு, பச்சரிசியை பொடி செய்து கொதிக்கும் தண்ணீரில் கலந்து ஜப்பான் டீ என எனக்குக்

கொடுத்தார்கள். “வாந்தி பேதி” வந்தால் மட்டுமே, மருந்தாய் அந்த ஜப்பான் தேனீரை அருந்தலாம். 4 ஈரோ மனைவி கொடுத்துவிட்டதால் நான் குடித்தேன். வேற வழி? ஆம்! காபி டீ விஷயத்தில் கவனம் ஜாஸ்தி வேணும்.!

பிராக் மூன்று நான்கு நாட்கள் இருந்து ரசிக்க வேண்டிய அழகு நகரம். முதல் ஈர்ப்பு அங்கு 600 வருஷமாய் ஓடிக்கொண்டிருக்கும் “அஸ்ட்ரானமிக்கல் கடிகாரம்.”. உலகின் மிகப்பழமையான இன்னும் ஓடிக்கொண்டிருக்கும் பிரம்மாண்டமான கடிகாரம் அது. சூரிய சந்திர மற்றும் கோள்களின் நகர்வைத் துல்லியமாகக் காட்டும் இந்த கடிகாரம் பல கர்ணபரம்பரைக் கதைகளையும் கொண்டுள்ளது. “கடிகாரம் நின்று போனால் பிராக் நகரம் அழிந்துவிடும்”, என்பது அப்படி ஒரு கதை. இந்த 600 வருஷத்தில் 4-5 முறை அதை ரிப்பேர் செய்துள்ளனர். முக்கியமாய் நாஜிப்படைகள் குண்டு போட்டு சேதப்படுத்திய பின்னர்கூட ரஷிய உதவியில் செக் மீண்டெழுந்தவுடன் இந்த கடிகாரத்தை சீர் செய்துவிட்டனர். இக்கடிகாரத்தில் ஒரு மணி நேரத்துக்கு ஒரு முறை மணி அடிக்கும்போது மணிக்கூண்டில் இருந்து அப்போஸ்தலர்கள் வெளிவந்து நடக்கும் காட்சியை பார்க்க உலகமே ஓல்டு டவுனில் காத்திருப்பது கவிதை.

Orloj என்றழைக்கப்படும் அந்த கடிகாரம் இருக்கும் சர்ச்சினைச் சுற்றியுள்ள மைதானம் முழுக்க நாங்கள் போயிருந்த சமயம் ஈஸ்டர் கொண்டாட்டம். *Langos* எனும் செக் உணவு இங்கு மிகப்பிரபலம். டெல்லி அப்பளம் சைசில் பூரி போலிருக்கும் உணவு மீது சீஸை தக்காளி சாறை அள்ளித்தூவி தருகிறார்கள். *Tradlink* எனும் இன்னொரு செக் ரொட்டியும் இங்கே பிரபலம். 40ஈரோ கொடுத்தால் ஓல்டு டவுன் முழுக்க குதிரை சாரட் வண்டியில், “அன்பே வா”, எம்ஜி ஆர் மாதிரி, 4 பேர் அமர்ந்து ஊரை ரசித்துச் செல்லலாம். கொடுக்கும் காசுக்குத் தரமான சம்பவம் அது.

பிராக்கின் கொள்ளை அழகு சார்லஸ் பாலம். 1350 இலேயே கட்டி, பின்னர் வில்டாவா (*Vltava*) நதி வெள்ளத்தில் அடித்துச் செல்லப்பட்டு, மறுபடி கிங் சார்லஸால் அழகாய்க் கட்டப்பட்ட பாலம். பாலம் முழுக்க பைபிள் கதைகளின் சிற்பங்களால் பிரம்மாண்டமாய் செதுக்கப்பட்டுள்ளது. ஒவ்வொரு சிலைக்கும் பின் உள்ள கதைகளை தெரிய பைபிளை வாசிக்கணும். பாலத்தில் உள்ள கலைஞர்கள், நம்மை நிமிடங்களில் கேரிகேச்சர் (கேலிச்சித்திரம்) வரைந்து தருகிறார்கள். ‘இந்த மூஞ்சியைக் கேலிச்சித்தரம் வேற வரையணுமாக்கும்’ என

தன்னடக்கம் கொள்ளாமல், அந்த ஐரோப்பிய கலைஞர்கள் பென்சிலில் தீட்டும் அழகை பார்க்கவாவது வரையச் சொல்லுங்கள்.

பாலம் முழுக்க ஒரு பக்கம் சாக்ஸபோன் இசை, குழு இசை, "டேய்! யுக்ரேனை விட்டு ஓடிப்போடா புதின்" என வாசகங்கள், என ஒரு உற்சாகத் திருவிழாவை பார்க்க முடிகிறது. பாலத்தில் இருந்து பார்த்தால் நதியின் இருபுறமும் பெரும் அழகிய கோட்டைகள். நினைத்துப்பார்க்க இயலாதபடி அழகிய கோபுரங்களுடன். பச்சைத்தொப்பி போட்ட ஊசிக் கோபுரங்கள் மட்டும் 100ஐத் தாண்டி தெரிவதால் உலகின் மிக அழகிய நகரங்களுள் பிராக் ஒன்றாயிற்று.

இத்தனை குதூகலத்திலும் கலந்து கொள்ளாமல், சார்லஸ் பாலத்தின் அடியில் வில்டாவா நதி விரிந்து பறந்து அமைதியாய்ப் பயணிக்கிறது. அழகாய்த்தான் இருக்கிறது. ஆனால், ஒரு வேளை அந்த நதி, கொஞ்சம் உப்புக் கரிக்கலாம். குருதி வாசம் கூட இன்னமும் அதில் ஒட்டியிருக்கலாம். பிரம்மாண்டங்களை தாண்டி, இந்த நகரத்தில் பல நூறாண்டுகளாய் நடந்த கொலைகளும் வன்மங்களும் குண்டுவீச்சும் கொன்றுகுவித்த மனிதர்களும் ஏராளம். கிரேக்க ரோமப் பேரரசுகளின் சண்டைகள், பஹோனியா ஜெர்மானிய பழங்குடி மக்கள் சண்டைகள், நாஜிக்களின் உலகப்போரின் வெறியாட்டம், என எல்லா பேராசைகளிலும் நைந்த உடல்கள் மீதுதான், இத்தனை கோட்டைகளும் எழும்பி நிற்கிறது. லண்டனின் தேம்ஸும், பாரீஸின் சியானாவும் போல, ஐரோப்பாவின் சில பல துரோக வரலாற்றின் மவுன சாட்சியாய் வில்டாவா நதியும் பிராக் நகரத்தின் கண்ணீரோடு கலந்து ஓடிக்கொண்டே இருக்கின்றது..!

"மலை பார்த்தல்", நிலா பார்த்தல் மாதிரி!. மலையில் நிலா பார்த்தல் நிகழ்ந்தால்?. மனசுக்குப் பிடித்த பயணங்களில் மட்டும்தான் அது நிகழும்!. எங்களுக்கு அது நிகழ்ந்தது. ஹால்ஸ்டாட் பயணம் அப்படியான ஒன்று. ஆம்! ஹால்ஸ்டாட்- ஆஸ்திரியா நாட்டின் ஒரு பேரழகு கிராமம். சின்னப்பிள்ளையாய் இருக்கும் போது கிராமம் வரையச் சொன்னால், நீல வானம், உயர்ந்த மலை ஒன்று, மேகம் உரசும் மரங்கள், சின்னதாய் ஒரு குளம், அழகாய் ஒரு குடிசை வீடு என வரைந்து டீச்சரிடம் எடுத்துப் போவோமே, அதே அழகில் ஆண்டவன் வரைந்து நம்மிடம் எடுத்து வந்த ஓவியம்தான் ஹால்ஸ்டாட். காதலியை மூக்கால் உரசி, வெட்கிப்பது போல ஆல்ப்ஸ் பனிமலை நீல வானத்தை உரசி வானம் மொத்தமும் வெட்கும் சிகப்பழகை

ஹால்ஸ்டாட்டின் மாலைப் பொழுதில் நிச்சயம் நம்மால் பார்க்க முடியும்.

பிராக்கில் இருந்து போஹேமியன் மலைத்தொடருக்கும் ஆஸ்திரிய மலைத் தொடருக்கும் இடையான மலைப்பாதையில் பயணித்து இங்கு வர வேண்டும். அந்த பாதைக்கே காதலர் சாலை (*Roman tisches strasse*) என பெயர் வைத்திருக்கின்றது ஐரோப்பிய யூனியன். காதல் பிறக்க வேண்டும் என்றாலோ, மணவாழ்க்கையில் முக்கல்

முனகல் கூடிக் கொண்டிருந்தாலோ, டாக்டர் வக்கீலுக்கு ஃபீஸாகக் கொடுக்கும் காசை, விமானப் பயணச் சீட்டுக்குக் கொடுத்து, ஒரு எட்டு இந்தப்பக்கம் போய் வந்தால், சுளுவாக சரி செய்ய இயலும்.

ஆஸ்திரிய ஜெர்மனி சாலைப் பயணத்தில் பல பாதையை இந்த “ரொமாண்டிஷைசிஸ் பாதை”, என கூறிப் பத்திரமாக வைத்திருக்கின்றார்கள். சாலையின் இருபக்கமும் மலையோ ஏரியோ பச்சைகம்பளம் போர்த்த வெளியோ கட்டாயம் பார்க்கலாம். பார்க்கவில்லை என்றால் கொடுத்த காசு வாபஸ் . ஒவ்வொரு பருவத்திலும் ஒவ்வொரு வண்ணமாய் இந்த காதல் சாலைகள் காட்சி தருமாம்.

இங்கு ஓட்டலில் தங்காமல் கிராமத்து வீட்டை வாடகைக்கு எடுப்பது பிசி ஸ்ரீராம் காட்சியில், நா முத்துக்குமார் வந்து கவிதை சொல்வது மாதிரி. அப்படி ஹால்ஸ்டாட்டில் பின்னிரவைத் தாண்டி நடுங்கும் குளிரில், நாங்கள் பதிவு செய்த வீட்டைத் திறந்தால், உள்ளே நா முத்துக்குமாருடன் யுவன் சங்கரும்! ஆமாம்.. அவ்வளவு கவித்துவ மான இசை போன்ற இல்லம் அது. கவிதைக்கு அழகு பூக்கள் மாதிரி, வீட்டுக்கு அழகு சன்னல்கள். முழுமையாய் கண்ணாடிக் கதவுகளும் வானம் பார்க்கும்படி கூரையில் கண்ணாடி சன்னல்களும், என ஒரு அழகிய வீடு அது. ஒவ்வொரு அறையிலும் படிக்க கவிதை புத்தகமும் கதைப் புத்தகங்களும் அழகாய் அடுக்கி வைத்திருக்கின்றார்கள். (அத்தனையும் ஜெர்மன் மொழியில்). அலமாரிக்கு கீழேயே உங்களுக்கு பிடித்த புத்தகத்தை எடுத்துவிட்டு நீங்கள் படித்து ரசித்த நூல் ஒன்றை வைத்து விட்டுச் செல்லலாம் என ஒட்டியிருக்கின்றார்கள். அட! ஆழியிடம் இதைச் சொல்லி ரசிக்க வேண்டும்.

ஹால்ஸ்டாட் ஊர் ஏரிக்கரையில் உள்ள குட்டிக் கிராமம். மொத்தமாய் 500 வீடிருக்கலாம். கண்களை நிரப்பும் கொள்ளை அழகுதான் இந்த கிராமத்தை உலக வரைபடத்தில் உசத்தி வைத்திருக்கின்றது. வீட்டில் ஒளிந்து விளையாடும் குழந்தைகள், கதவுக்கு பின்னால் ஒளிந்து இருக்கையில், அதன் பிஞ்சுக் கால்கள் எட்டிப் பார்க்குமே, அது போல, ஆல்ப்ஸின் பனி உச்சிகள் ஹால்ஸ்டாட்டின் ஒவ்வொரு மூலையிலும் எட்டிப்பார்ப்பது கிறங்கடிக்கும் அழகு. சுற்றுலாப் பயணிகளைக் கவர ஆல்ப்ஸ் உச்சியில் ஒரு விண்பாலம் ஒன்றை அமைத்திருக்கிறது ஆஸ்திரிய அரசு. உயரே சென்றால் ஒரு அழகிய உப்புச்சுரங்கம். ஆல்ப்ஸின் உச்சிக்கு செல்ல, வின்ச் வசதி உள்ளது.

வின்ச்சில் ஏறி, பின்னர் ஒரு கிமீட்டர் வரை நடந்து செல்ல அழகிய மலைத்தடம் உள்ளது. இங்குள்ள விண்பாலத்தில் கையை விரித்து நின்று இன்ஸ்டாகிராமுக்கு போட்டோ எடுக்க வரிசையில் நிற்கிறார்கள். அப்படி வரிசையில் நிற்கையில், " சார் நீங்கதானே! அந்த தினை ராகி...அப்டீன்னு", ஒரு ஈழத்துப் பெண் கேட்க, நான்

இன்னும் கையை விரித்து 100 மீட்டர் மேலே ஆல்ப்ஸ் பக்கம் பறந்து கொண்டிருந்தேன். எங்க வீட்டு அம்மணி அட்டகருப்பு கூலிங்கிளாஸ் வழியே முறைத்தது எனக்கு மட்டுமே தெரிந்தது. இந்த விண்பாலம் யுனெஸ்கோ ஹெரிடேஜ் இல் இடம் பெற்றுள்ளது என்பது கூடுதல் தகவல்.

நாம் கடற்கரையில் உப்பளம் அமைத்து உப்பெடுக்கும் காலத்திற்கு முன்பே, இவர்கள் மலைக் குகைக்குள் உறைந்திருக்கும் உப்புப் பாறைகளை உடைத்து எடுத்து, பன்றி இறைச்சியில் புலால் ஊறுகாய் போட்டிருக்கின்றார்கள். 7000 BC காலம் என எழுதியிருக்கின்றார்கள். விசாரிக்க வேண்டும். இமாலயப் பனிப்பாறையில் கிடைக்கும் அதே ராக் சால்ட் எனும் இந்துப்புதான் இதுவும். இளஞ்சிவப்பு நிற கிறிஸ்டல் பாறைகளாய் இங்கே இந்த சுரங்கம். உலகின் மிகப்பழைய முதல் உப்புச்சுரங்கம் என்கிறார்கள். சிறு பிள்ளையாய் வழுக்கிக் கொண்டு கீழே செல்ல விளையாட சுரங்கத்தில் ஏற்பாடு செய்யப்படுள்ளது. இந்த சுரங்கம் முழுக்க உப்போடு சேர்த்து பல பழங்குடியினர் பிணங்களும் இருப்பதைக் கண்டறிந்துள்ளார்கள்.

ஆல்ப்ஸ் மலையில் இருந்து இறங்கி, காதல் சாலையில் பயணித்து, ஓர் அழகிய ஏரி முன்னே போட்டோ ஷூட் க்கு நாங்க இறங்கினோம். வயசான சூர்யா ஜோதிகா ரேஞ்சில் போசெல்லாம் கொடுத்து ஆசுவாசப்படுத்திக் கொண்டிருந்த போது, தூரத்தில் ஒரு தமிழ்க் கூட்டம். இராசிபுரத்தில் இருந்து வந்து இந்த ஏரிக்கரையில் உட்கார்ந்து, தோசை சுட்டு சாப்பிட்டுக் கொண்டிருந்தார்கள். அந்த பேட்டரியில் இயங்கும் தோசைக்கல்லைப் பரவசமாய்ப் பார்த்த வீட்டம்மா “அது எங்க கிடைக்கும்?, எவ்வளவு ஈரோ?, “எனக் கேட்டு, காரில் ஏறிய அடுத்த மைக்ரோ செகண்டில், மகள் அமேசான் கணக்கில் ஆர்டர் செய்தாள். நான் புன்னகைத்தேன். வேறு என்ன செய்ய முடியும்!? இது காதல் பாதை..! எங்கள் ஸ்கோடா மறுபடி ஜெர்மனிக்குள் ரோத்தன்பெர்க் எனும் ஒரு medieval காலத்து கிராமத்தை நோக்கி பயணித்தது...

“பூ பூப்பது அதன் இஷ்டம்
போய் பார்ப்பது உன் இஷ்டம்
தேக்கும் பூக்கும்”

- *கல்யாண்ஜி (வண்ணதாசன்)*

இந்த வரிகளை வாசிக்கும்போதெல்லாம் பிரமிக்க வைக்கும் கவிதை வரிகள். இந்த வரிகளை ஆயிரம் முறை பேசியும் யோசித்தும் இருப்பேன். முதல் முறையாக அந்த வரிகளை நேரில் பார்த்தது நெதர்லாந்தின் உலகப்புகழ் பெற்ற துலிப் மலர்களின் தோட்டத்தில் தான். ஆம்ஸ்டர்டாமிற்கு அருகே க்யிகண்ட்ஹாஃப் எனும் இடத்தில்தான் இந்த உலகப்பிரசித்திபெற்ற துலிப் தோட்டம் இருக்கின்றது.

70 | இன்னொரு மலை, இன்னொரு நதி...

நெதர்லாந்து என்றவுடன் உலகில் ஞாபகம் வரும் விஷயங்கள் அதன் கடலினைவிட தாழ்வான நிலப்பிரப்பு, துலிப் மலர்கள், காற்றாலைகள், வெனிஸ் நகரம் போல் ஊருக்குள் செல்லும் கடல் ஓடைகள். இதில் துலிப், கண்களை வசீகரிக்கும் மலர். நூற்றுக்கணக்கான வகைகள் கொண்ட, துலிப் மலர் உலகில் ரோஜாக்களை விட அதிகம் காதல் மொழி பேசும் மலர். ஆண்டுக்கு 650 மில்லியன் ஈரோக்கள் (கிட்டத்தட்ட 5000 கோடி) வருமானத்தை இந்த பூக்கள் ஏற்றுமதி மூலம் நெதர்லாந்து விவசாயிகள் சம்பாதிக்கின்றனராம்.

துலிப் மலர் ஒரிஜினலாகத் துருக்கி சுல்தான் ஒருவர் ஆஸ்திரிய அம்பாசிடருக்கு வழங்க, அவர் நெதர்லாந்து விவசாயி ஒருவருக்கு வழங்க, இப்போது உலகெங்கும் துலிப்பை நெதர்லாந்துதான் அதிகம் கொடுத்துக் கொண்டிருக்கிறது. 1600 களில் முதல் முதலில் துலிப் மலரின் கிழங்கை, நிலப்பிரபுக்கள் வீட்டு செல்வச்சீமாட்டிகள் மட்டும்தான் வாங்கி வீட்டில் நடமுடியுமாம். அப்போது அந்த துலிப் கிழங்கின் விலை, இன்றைக்கு ஐரோப்பிய போர்ஷோ காரின் விலைக்குச் (1-2 கோடிகள்) சமானம். இப்போது 3 ஈரோக்கு, இரண்டு துலிப் கிழங்கை வாங்கி நடமுடியும். ஆசைப்பட்டு வாங்கி நம் ஊருக்கெல்லாம் எடுத்துவந்து நட முடியாது.

நெதர்லாந்தில் கூட குளிர் பருவத்தில் நடப்பட்டு கோடை வரும் சமயம் அறுவடை செய்கின்றனர். துலிப் தோட்டங்களைப் பார்க்க ஏப்ரலை ஒட்டித்தான் அங்கு பறக்க வேண்டும். துலிப் மலர் திருவிழாவும் அச்சமயம்தான் அங்கு நடைபெறுகின்றது.

இன்னொரு விஷயம், கண்ணைப் பறிக்கும் வசீகரமான அந்த மலருக்கு நம் ஊர் மல்லிகை போல மணமெல்லாம் கிடையாது. அதன் வண்ணங்களுக்கு வடிவங்களுக்கும் தான், துலிப் உலகெல்லாம் தேடப்படுகின்றது. இரத்தச் சிகப்பும், கொன்றை மஞ்சளும் கொண்ட துலிப்புக்களும், நம் தமிழ்மண்ணின் காந்தள் மலரின் இதழ் போன்ற துலிப்களும் இங்கே ஏக பிரசித்தி. வழக்கம்போல் நெடுங்காலம் கருப்பு நிற துலிப்பை தேடி ஒரு கூட்டம் அலைந்திருக்கிறது. நம் ஊரில் "கரு நொச்சி, கரு நெல்லி கரு மஞ்சள்- இதெல்லாம் மரணத்தை வெல்ல வைக்கும், அரை மண்டலம் சாபிட்டாலே அலியா பட்டாகி விடலாமாக்கும்" என அள்ளித்தெளிப்பது போல, "கருப்பு துலிப் மந்திர மாய ஜாலமெல்லாம் செய்யும்", என சொல்லித் தேடியிருக்கின்றனர். க்யுகென்ஹாஃப் தோட்டத்து வாசலில் "அப்படியெல்லாம் ஒன்றும்

கிடையாது. கருப்பு நிறமே துலிப்பில் இல்லை. அடர்ந்த கருனீலம்தான் அப்படி தெரியும் “ என எழுதி மாட்டியுள்ளார்கள்.

துலிப்பை இப்படிக் கொண்டாடுவது போல நாமும் “ஏன் நம் ஊர் மல்லியை, பிச்சிப்பூவை, பாரிஜாதத்தை, கனகாம்பரத்தை, செம்பருத்தியை, அல்லியை தாமரையை செண்பகப்பூவை கொண்டாடக் கூடாது ?” என உள்ளம் கேட்டுக் கொண்டிருக்கிறது. ஊட்டி ஏற்காடு மலர்க்கண்காட்சியில் கூட அதிகம் இருப்பது எச்சாட்டிக் வெளி நாட்டு மலர்கள் தானே..! மல்லி அதிகம் வளரும் மதுரையிலும், பிற மலர்களுக்கான தோவாளையிலும் ஒட்டன்சத்திரத்திலும் கோவையிலும் மலர்க்கண்காட்சியை உலக சுற்றுலாப்பயணிகளை ஈர்க்கும் வகையில் அதன் வரலாறு தனித்துவம் சொல்லும் “க்யூ ஆர் கோடு” மூலம் கண்காட்சிப்படுத்துதல் எனச் சொல்லலாமே..தமிழ்ச்சங்கத்தில் கபிலரின் குறிஞ்சிப் பாட்டில் சொன்ன மலர்க்கூட்டத்துக்கு இணையாக, உலகெங்கும் மலர்க்கூட்டங்களைத் தொகுத்து எந்த ஐரோப்பிய இலக்கியமும் பாடியதாக எனக்குத் தெரியவில்லையே(நாம ஒண்ணும் முழுசா படிக்கவில்லை. பொதுப்புத்திக்கு தெரிந்த மட்டும்)

நெதர்லாந்தில் துலிப் மட்டுமல்லாமல், ஊதாப்பூ நிற லாவண்டர் மலர், ஹையசாந்த்ஹிஸ் என்ற மலர்களும் இந்த நிலத்தைப் பெருமளவில் அலங்கரித்துக் கொண்டிருக்கின்றது. விமானத்தில் இருந்து பார்த்தால் பச்சை சிகப்பு ஊதா நிற கம்பளம் விரித்தாற்போல் கொள்ளை அழகாய்த் தெரியுமாம். உலகம் முழுமையும் இருந்து வரும் சுற்றுலாப்பயணிகள் இந்த நிலப்பரப்பில் நின்று "குமார்ரீ.." என அந்நியன் பட சதா -விக்ரம் மாதிரி ஆடிப்பாடி படம் எடுத்துக் கொள்கிறார்கள். நாங்களும் எடுத்துக் கொண்டோம். அநேகமாய் இந்திய திரைப்படத்துக்காக இங்கே ஒரு ஆபீசே போட்டிருப்பார்கள் போல. இங்கு சந்தித்த நபர் சொன்ன விஷயம், சார் இப்பல்லாம் "ப்ரீ வெட் ஷூட்டிங்" என இந்திய மண்ணிலிருந்து துலிப் மலர் நிலம் தேடி வரும் கூட்டம் எக்கச்சக்கம் என்றார்.

இந்த தேசத்தில், துலிப் தோட்டத்தில் மட்டுமல்ல, ஒவ்வொரு வீட்டிலும் அதிகம் புழங்கப்படும் மலராய் இருக்கின்றது. ஒவ்வொரு கைகுலுக்கலுக்கும், சின்ன அரவணைப்பிலும், காதலைச்சொல்லும் கணங்களிலும் கட்டாயம் துலிப் முளைத்திருக்கின்றது. "நிலம் எழுதும் கவிதை"தான் மலர்கள். ஒவ்வொரு நிலமும் ஒவ்வொரு கவிஞர்கள். வண்ணதாசனும், பிரமிளும், விக்ரமாதித்தனும், தேவதேவனும், யுகபாரதியும், முத்துக்குமாரும் வெய்யிலும் வாசிக்க நூல்களைத் தேடலாம். அவர்களையெல்லாம் பார்க்க இதுமாதிரி நிலங்களைத் தேட வேண்டும். துலிப் அப்படி யாரோ கவிஞன் எழுதிய கிறங்கடிக்கும் கவிதை.! ஆம்ஸ்டர்டாம் நகரம் நெதர்லாந்து நாட்டின் அழகிய தலைநகரம்.

டச்சுக்காரர்கள் என்று வரலாற்றுப் புத்தகங்களில் நாம் படித்த டச்சு மக்கள் தேசம்தாம் நெதர்லாந்து. பிரிட்டிஷ் ஆளுவதற்கு முன்னர் நம் கிழக்குக் கடற்கரை நகரங்களை ஆண்ட மக்கள் இந்த டச்சுக்காரர் தாம். நாகப்பட்டினம், பரங்கிப்பேட்டை, பழவேற்காடு என அவர்களின் டச்சுக்கோட்டையும் டச்சு ஆலயங்களும் நம் ஊரில் இன்னும் பார்க்க முடியும். துணி மிளகு பட்டு வியாபாரம்னு புறப்பட்டு வந்தவங்க கோரமண்டல கடற்கரையில கோட்டையைக் கட்டி 300 வருஷம் நம்ம நெய்தல் நிலத்துல சுருட்டுனது ஏராளம்.

டச்சுக்காரர்களின் கலை அறிவியலின் கண்டுபிடிப்புகள் ஏராளம். மைக்ரோஸ்கோப் முதல் டெலஸ்கோப் வரை கண்டறிந்தது "டச்சூஸ்" தாம். கலை உலகில் வான்கோவின் ஓவியங்களை இப்போதும் வாய்பிளந்து பார்ப்போர் உலகெங்கும் உண்டு.

அப்படியாப்பட்டவர்களை படைத்த ஆம்ஸ்டர்டாம் நிலம் பூமியில் நிச்சயம் ஒரு சொர்க்கபுரி. கடவுளின் படைத்தலோ அல்லது கரும்புள்ளியின் வெடிப்போ, இந்த நிலத்தை எறியும் போது கவிதை படித்துக்கொண்டு இருந்திருக்க வேண்டும்!

"கடல்பரப்பிற்கு கீழான நிலப்பரப்பு இது" என்பதை ஏழாம் கிளாசில் இருந்து இன்றுவரை எனக்கு புரியவில்லை. 'அப்ப ஏன் தண்ணீ ஊருக்குள்ள வரலை?' என்பதுதான் அந்த கேள்வி. ஆனால் ஆம்ஸ்டர்டாமின் கடலோடைக்குள் தண்ணீர் வருவதும் போவதும் என ஊரெல்லாம் நீர் சூழந்த நிலம் அது. சிகையலங்காரம் போல, நிலத்தில் வகிடு எடுத்து கொஞ்சம் கொஞ்சமாக ஆம்ஸ்டெல் நதியின் முகத்துவாரத்தில் மனிதன் அழகுபடுத்தியதும் உண்டு.

ஆம்ஸ்டர்டாம் ஒரு சைக்கிள் நகரம். இங்கே வசிக்கும் மனிதர்களைவிட சைக்கிள்கள் அதிகம். ஏர்போர்ட்டிலும் இரயில் நிலையத்திலும் உள்ள மிதிவண்டி நிறுத்தங்களில் மலை போல நிறுத்தப்பட்டிருக்கும் சைக்கிள்கள் நம்மை மலைக்க வைக்கின்றது. வெயில் காலத்தில் அனேகமாக எல்லோரும் சைக்கிள்தாம்.

ஆம்ஸ்டர்டாம் ஒரு மியூசிய நகரம். 2004 இல் நான் முதல்முறை இந்த நகரத்துக்கு வந்தபோது முதலில் போய் பார்த்தது 'வான்கோ மியூசியம்'தான். வான்கோவின் உலகப் பிரசித்தி பெற்ற உருளைக்கிழங்கு படத்தை, இன்றைக்கும் மோனாலிசாவை பாரீசில் லூவர் மியூசியத்தில் பார்ப்பது போல பெருங்கூட்டமாய் வந்து பார்ப்போர் ஏராளம். நாங்கள் இந்தப்பயணத்தை அவசரகதியில் திட்டமிட்டுக் கிளம்பியதால், மியூசியத்துக்கு டிக்கட் வாங்க முன்பதிவு செய்யாததால் உள்ளே போக முடியவில்லை. கிட்டதட்ட ஒருமாத காலத்திற்கு வான்கோ மியூசியத்துக்குள் நுழைய இடம் இல்லை.

வாசலிலேயே, வண்டியில் விற்றுக்கொண்டிருந்த வேகன் சாலட்டை வாங்கித் தின்று கொண்டே "2004 இல் நானும் நண்பர் டிரிவரும் போனோம் எப்டி இருந்துச்சு தெரியுமா?" என என்னவளிடம் கதை விட்டேன். வான்கோ அருகிலேயே ரிஜீஸ் மியூசியமும் பிரம்மாண்டமாய் இருந்தது. அதற்கும் டிக்கட் கிடைகவில்லை. குளிரில் அவசரமாய் உச்சா வந்தது. அங்கு போக டிக்கட் கிடைத்தது. ஆமாம்! இங்கே நெதர்லாந்து ஜெர்மனியில், 'உங்க உச்சா' போக ஒரு ஈரோ (80 ரூவா சொச்சம்) கொடுக்கணும். வீட்ல இருந்து கிளம்பும் போதே மறக்காம 'உச்சா' போய்ட்டு வரணும்ங்கிறது நெதர்லாந்து

நியதி. சில பெட்ரோல் பங்குல உச்சா போய்விட்டு வந்து அந்த டிக்கட் காப்பியைக் கொடுத்தா காபி காசில் கழித்துக்கொள்கிறார்கள். உவ்வேல்லாம் சொல்லக்கூடாது. ஒரு ஈரோ.!

அந்த கடலோடையில் படகுச்சவாரி ஆம்ஸ்டர்டாம் சுற்றுலாவின் முதலிடம். துலிப் மலர் கொடுத்து காதலைச் சொல்ல, சிகப்பு ஒயின் உடன் காமத்தைச் சொல்ல என சிறப்பு சவாரிகள் நிறைய உண்டு. இந்த சவாரியில் ஒரு மணி நேரத்தில் நெதர்லாந்தின் வரலாற்றை ஆங்கிலம் பிரஞ்சு ஈஸ்பானிய டச்சு என பல மொழிகளில் விளக்குகிறார் படகோட்டி. இரண்டு பக்கமும் இப்ப குடியிருப்போர், கோல்டன் ஏஜில்(1700 பக்கம்) குடியிருந்தோர் என எல்லா விவரமும் இந்த பயணத்தில் கிடைக்கும்.

டச்சு வீதிகளில் நடப்பதே பெரும் மகிழ்ச்சி தரும் அனுபவம். ஒடுங்கிய தெருக்களில் உயரமாக இருக்கும் அந்த டச்சு வீட்டுக் கதவுகள் கி.ராஜநாராயணின் "கதவு" கதையை, ஏனோ ஞாபகப்படுத்தியது. அப்படியான கிராமத்து கதவில் நாமெல்லாம் ஏறி நின்று, வீட்டில் வளர்ந்த அண்ணன் கதவைத் தள்ளிவிட, வானத்தில் பறந்து பயணிக்கும் அனுபவம் நம்மில் பலருக்கும் இருந்திருக்கும். டச்சுவீட்டுக் கதவுகள் அப்படியான அடிதண்டால் வைத்து அழகாய் அமைந்திருந்தது.

"அடிதண்டாலா? அப்டீன்னா?"- என்பவர்கள் ஒரு எட்டு நெல்லை சென்று பேசி வரவும். நான் இதை சிலாகித்துச் சொல்ல, பொண்ணு வீட்டுக்குப் போன் செய்து பையனிடம், " டேய் அப்பா பூமர் அங்கிளாத் தாண்டா ஆயிட்டாரு". என்றாள்.

நடந்து நடந்து கால் வலிக்க, நீங்க கொஞ்சம் வெயிட் பண்ணுங்க நான் ஒரு *cofee shop* போய் வாரேன் என நுழைய, பொண்ணு பதறி கையை பிடிச்சு இழுத்தாள். "யப்பா! இது காபி ஷாப்னா வேற *weed* விக்குற கடை "என்றாள்; *weed* ஆ அப்படின்னா களைச்செடியா? என்றேன். "களை இல்ல. கஞ்சா செடி" என்றாள். ஆமாம். நெதரார்லாந்தில் கஞ்சா அனுமதிக்கப்பட்ட வஸ்து. கஞ்சாவில் இருந்து எடுக்கப்படும் CBD எண்ணெயில் கேக் சாக்லேட் என சகலமும் விற்கிறார்கள். நான் ஓடிப்போய் வெளியேறி, சரியான டீக்கடையில் வழக்கமா நமக்குத்தெரிந்த ஒரே காபசீனோவை காபியாக மனதில் நினைத்து குடித்து தேற்றிக்கொண்டேன்.

நெதர்லாந்து மிக முற்போக்கான நாடு. எல்லா கலாச்சாரத்தினரும் மகிழ்வாய் வசிக்கும் நாடு. ஊரில் கால்வாசிப்பேர் வேற்று நாட்டவர். உடம்பின் ஒவ்வொரு செல்லையும் கண்டுபிடித்தவர், மனதின் மகிழ்விற்கான கலையின் நுணுக்கங்களை கண்டறிந்தவர், உணவின் பல்வேறு நுட்பங்களை ஆராய்வோர், இன்றும் அடிப்படை அறிவியலின் பல உச்சங்களை கண்டறிந்தவர்கள், இப்போதும் கண்டறிந்து கொண்டிருக்கும் நிலம் இது. கடந்த பத்து நாட்களாக இங்கு மகிழ்வாக 2500 கிமீட்டருக்கு மேல் வாகனத்திலும் 70கிமீட்டருக்கு மேல் நடந்தும் திரிந்து மகிழ்ந்த அனுபவம் அலாதி அனுபவம். எண்டார்பின்ஸ் காது வழியே பொங்கி வழிய வழிய, நாளைக் காலை ஆம்ஸ்டர்டாமில் இருந்து மற்றொரு பயணம்....

மறுபடி ஒரு பயணம். ஆனால் கொஞ்சம் தொலைதூரத்திற்கு. கனடா நாட்டின் டொரண்டோ நகரை நோக்கி. இயற்கை வேளாண் அறிஞர் பாமயன் அண்ணன் கூப்பிட்டு, "புலம்பெயர்ந்த தமிழ் மக்களிடையே அவர்கள் உடல் நலம், உள நலம் குறித்து உரையாற்ற உங்களை வந்து செல்ல முடியுமா? என கேட்கிறார்கள். கொஞ்சம் போய்விட்டு வந்துடுங்களேன்", என சொன்னார். இப்பத்தானே ஐரோப்பா போய் வந்தோம் என லேசாக சலிப்பிருக்க, கூடவே நயாகரா நினைவுக்கு வந்தது. அடுத்த சில மணித்துளியில் கனடாவின் "இ-குருவி" அமைப்பின் நண்பர் நவஜீவன் அழைத்த போது, "இருங்க விசா இருக்கா என பார்த்துவிட்டு சொல்கின்றேன்", என சொன்னேன். விசா இருந்தது!

"அடுத்த முறை கனடா வருகையில் வீட்டுக்கு வரணும்," என மூத்த மருத்துவரும் டொரண்டோ பல்கலைக்கழக பேராசிரியருமான திரு அருண் சொக்கலிங்கம் பேசியது நினைவிருந்தது. "ஜூன் 23 ஆ வாரீங்க? இங்க உலக Non communicable diseases congress நடக்குது. மூன்றாண்டுக்கு ஒரு முறை நடக்கும் இந்த மாபெரும் உலக கருத்தரங்கு. உங்களின் தேடலுக்கு பேருதவியாய் இருக்கும். ரெஜிஸ்ட்ரேஷனெல்லாம் முடிந்துவிட்டது. ஆனால் கருத்தரங்க குழுவில் பேசி, உங்களை சேர்க்க முயற்சிக்கிறேன். உங்கள் முழு பயோவை அனுப்பி வையுங்கள்", என்றார். அடுத்த நாளே கருத்தரங்க செயல்குழுவில் இருந்து ஆயுஷ் அமர்வில் நீங்கள் பேசுகிறீர்கள் என்ற தகவல் வந்தது.

சலங்கை ஒலி படத்தில் ஜெயப்பிரதா கமலஹாசனுக்கு நாட்டிய அழைப்பிதழ் கொடுக்க ஒவ்வொரு பக்கமாக புரட்ட புரட்ட, கடைசியில் அவர் பெயர் பரத நாட்டியத்துக்கு வரும் போது "பரவசம்" என்கிற சொல்லுக்கு இலக்கணமாய் அழுது ஆர்ப்பரிப்பார். இந்த உலக கருத்தரங்கில் சித்த மருத்துவம் குறித்து பேச, என் பெயர் அதில் அச்சாகி இருந்ததை அழைப்பிதழ் நிகழ்ச்சி நிரலில் பார்த்த போது, எனக்கும் அப்படித்தான் இருந்தது. என்ன அருகே ஜெயப்பிரதா தான் இல்லை. அதனால், நானும் 'நாத வினோதங்கள்' என நாட்டியமெல்லாம் ஆடாமல், சட்டை பனியனை சமர்த்தாய் எடுத்து பெட்டியில் அடுக்க ஆரம்பித்தேன்.

கிட்டத்தட்ட 43 நாடுகளில் இருந்து, பேராளுமைகள் கலந்து கொள்ளும் முக்கிய மாநாடு இது. ஜூன் 25-30 வரை நடக்க உள்ள இந்த மாநாட்டில், 1மணி நேரம் 30 நிமிடங்கள் ஆயுஷ் துறைக்கு ஒதுக்கியுள்ளார்கள்! பேசுவதை விட, மேற்குலகில், தொற்றா வாழ்வியல் நோய்க்கூட்டத்தின் சிகிச்சை மற்றும் ஆய்வுகள் (Non Communicable Diseases Management and Research) இல் என்ன நடக்கிறது? என படித்து வர இதைவிட வேறு வாய்ப்பு கிடைக்காது. உலகின் எல்லா துறைகளும் இதனை எப்படி இதனை அணுகுகின்றன? நாம் எப்படிப் பயணிக்க வேண்டும்? என்று கற்றுக் கொள்ள, புதுப்பித்துக் கொள்ள இந்தக் கருத்தரங்கு நிச்சயம் பயனளிக்கும் என்ற நம்பிக்கையுடன் இந்த நெடும் பயணம்.

இங்கிருந்து நாலு மணி நேரம் எமிரேட்ஸ் விமானத்தில் துபாய். இறங்கியதும் அடுத்த ஒருமணி நேரத்தில் கனடாவுக்கு, ஏர்கனடா விமானத்தில் 16 மணி நேரம் பயணிக்க வேண்டும். சென்னையில்

இருந்து துபாய்க்கு 20 நிமிடம் விமானம் கொஞ்சம் தாமதமாக வர, விமான வாசலிலேயே அடுத்த விமானத்திற்கான சிப்பந்தி எங்களை கூட்டிவரக் காத்திருந்தார். இரண்டும் வேற வேற டெர்மினல். கூட்டிவர வந்தவர் கார்ல் லூயிஸ் கசின் பிரதர் போல. துபாய் விமான நிலையத்தில் ஒட்டமாய் ஓடினார். நானும் இன்னொரு பெண்ணும் அவர் பின்னால் ஓடினோம். துபாய் விமான நிலையம் நடு இரவில் அழகர் ஆத்துல இறங்கும்போது இருக்கும் கூட்டம் மாதிரியே இருக்கும். கார்ல் லூயிஸ் ஓட, அந்த ஒல்லிப்பெண் பின்னால் ஓட, நான் மூச்சிரைக்க ஓடினேன். இப்படியெல்லாம் சீன் தமிழ்சினிமாவில் மட்டுமல்ல, நமக்கும் வரும். ஒரு வழியாய் ரன்வேயில் ஓடும் பிளைட்டில், ஜேம்ஸ்பாண்ட் போல் ஏற்றாமல் கடைசியாய் கதவை மூடும்முன் ஏற்றினார்கள். (*Moral of the story*- வயசாக வயசாக இரண்டு விமானம் பிடிக்கையில் இடையில் மூணு நாலுமணி நேரம் காபி குடிக்க கக்கா போக நேரம் வைக்கணும்.)

என் இருக்கையில், இடப்பக்கம் பெருத்த உடலுடன் ஒரு சூடான் நாட்டுக்காரர். வலப்பக்கம் மெலிந்த ஈழத் தமிழர். நடுவில் நான் சொருகிக் கொண்டேன். ஏர்கனடா விமானம் கிட்டத்தட்ட 12பி பஸ் மாதிரிதான். என்ன இங்கே 'நடுவில எந்திச்சு ஒண்ணுக்கு போகலாம். நடுவில் எழுப்பி ரொட்டி வரகாபி கொடுப்பாங்க'. அவ்வளவுதான் வித்தியாசம். பின்னிரவில் ஈழத்தமிழர் ரொட்டியை கீழ விட, நான் குறைட்டைய விட, அந்த பருத்த சூடானி சத்தமான இன்னொரு காற்றை விட அந்த 16 மணி நேர பயணம் கொடுமையாய்க் கழிந்தது.

விமானம் தரையிறங்கும் சமயம் விமானத்தில் அறிவிப்பு. “எல்லோரும் *arrivecan app*இல் உங்கள் வருகையை பதிவிட்டு இருக்கணும். அதனை *immigration* இல் காட்டணும்”, என்றார்கள். எனக்கு தூக்கிவாரிப்போட்டது. “அடடா! இந்த சாங்கியத்தச் செய்ய மறந்தே போயிட்டோமே,” என. இமிகிரேஷன் ஆபீசர் உடையில் ராஜி அக்னிப்பார்வை பார்ப்பது போல் ஏனோ நினைவில் வந்தது. பகீரென ஆனேன். இப்ப *app* ஐ டவுன்லோடு பண்ணலாமா என போனைத் துழாவினேன். 40,000 அடியில் விமானம் பறக்கையில், விமானத்தில் இலவச இணைய சேவை தந்ததில், ஜெயமோகன் கட்டுரை படிப்பு, நடராஜனோடு வாட்ஸ் அப்பில் உரையாடல், ஐயகாகோ அண்ணன் நூலுக்கு அணிந்துரை என எழுதியதில், அலைபேசி அனேகமாக செத்துப்போகத் துவங்கி இருந்தது. 2% உயிர் மட்டுமே இருந்தது. இமிகிரேஷனில் என்ன சொல்லப்போறானோ? என்ற யோசனையுடன் விமான பணிப்பெண்ணுக்கு நன்றி சொல்லி விட்டு இமிகிரேஷனுக்கு திகிலுடன் நடக்கலானேன்.

"தாய்நாடு" என்ற சொல்லுக்கு நிறைய வகையில் பொருத்தமான நாடு கனடா எனச் சொல்லலாம். புலம் பெயர்ந்து வரும் நம் தமிழ்க் குடும்பங்களை சிரியாவின் குழந்தையை, லெபனான் சகோதரனனை, உக்ரேனியச் சகோதரியை தாய் போல் அரவணைக்கும் நாடுகளில் கனடா முதன்மையானது. நம் தமிழ் மக்கள் மட்டுமே அங்கே 5

இலட்சத்தைத் தாண்டி வசிக்கின்றார்கள். இப்பவும் உலகெங்கும் இருந்து படிப்பு தேடி / வேலை தேடி குடியுரிமை தேடி வரும் நாடுகளில் கனடா முக்கியமானது.

பெரும் நிலப்பரைப்பைக் கொண்ட கனடாவில் (உலகின் இரண்டாம் பெரிய நாடு - அமெரிக்காவை விட பெரிது- இந்தியா உலக நாடுகளின் பரப்பளவு வரிசையில் 7ம் இடம்) இன்னமும் பெரும் நிலப்பரப்பும், நல்ல நீர் தேக்கமும் மனித சுரண்டலில்லாமல் அமைதியாய் இருக்கின்றது. கனடாவில் டொரண்டோ, அட்டாவா (நாம் ஒட்டாவா என அழைப்போம்), மான்ட்ரியேல், கால்கெரி, எட்மண்டன் என வடக்கும் கிழக்கும் மேற்குமாய் பல இடத்திற்கு ஏற்கனவே சுற்றியிருந்தாலும், அந்த நயாகரா நீர்வீழ்ச்சியின் ஓசையும், பெருங்கடலென நிற்கும் லேக் ஒண்டாரியா ஏரியின் அழகும் கனடாவிற்கு எப்போது போக வேண்டும் என்றாலும், புது உத்வேகத்தைக் கொடுக்கும். இந்த பயணத்தில் நயாகராவை பார்க்க நேரம் இருப்பதாகத் தெரியவில்லை. ஒரு இரவாவது போய் வர மனம் கணக்குப் போட்டுகொண்டே இருக்கிறது.

விமானம் தரையிறங்கி நுழைந்ததும், "*arrivecan app* இல்பதிவிட வில்லையே", என பயந்துகொண்டே குடியேற்றப் பகுதிக்குச் சென்றால், இப்போது அங்கே சொற்ப அதிகாரிகள்தாம். நம் பாஸ்போர்ட்டை ரொபாட் இயந்திரங்களே முதலில் ஸ்கேன் செய்கிறது. லில்லி புட் பரம்பரையில் வந்த குட்டையான நம்மை கழுத்தை வளைத்து போட்டோ எடுக்கின்றது. பாஸ்போர்ட்டின் முதல் பக்கம் ஸ்கேனானதும், நம் ஜாதகமே அதற்குள் செல்கிறது. "முதன்முதலாக எப்போது கனடா வந்தேன்?, முதல் காதலி யார்?, போனதபா இமிகிரேஷனில் என்ன உளறிக் கொட்டினோம்? என எல்லா தகவலும் 3 விநாடியில் பெற்றுக்கொண்டு, 'நீ போய்க்கோ' என ஒரு சீட்டைத் துப்புகிறது. சீட்டை எடுத்துக்கொண்டு போகும் வாசலில், நீலச்சீருடை பெண்மணி "என்ன விஷயமா இங்க இப்போ" என ரத்தினச்சுருக்கமாய்க் கேட்க, "கருத்தரங்கு" என்றேன். "அங்கே என்ன?"என்றாள். "பேசுகிறேன்" என்றதும் புன்னகைத்து 'போய்க்கோ!' என்றார்.

நாடுகளின் இமிகிரேஷன் நுழைவு அரங்கே, அவர்களுக்கு நம் இனம்/தோல் மீதான மதிப்பை மரியாதையைக் காட்டும். கனடா 'புன்னகைக்கும்;' நெதர்லாந்து 'செல்லமாய்' உரையாடும்;

இங்கிலாந்து இன்னும் 'காலனி காலமாகவே' பார்க்கும்; ஜெர்மனி 'இரக்கமாய்' நோக்கும்; அமெரிக்கா 'அதிகார தோரணை' காட்டும்; மலேசியா 'கொஞ்சம் இளக்காரமாய்' பார்க்கும். துபாய் 'போய்க்கோ என முறைக்கும்'. சீனா 'யோசிக்கும்'. இதெல்லாம் என் பயண அனுபவத்தில் பார்த்த வரை. நம் கோட்டு சூட்டு/ வெள்ளைத்தோல்/ உயரம்/நுனிநாக்கு ஆங்கிலம் போன்ற சோடனைகள் பொறுத்து இந்த வரவேற்பு கொஞ்சம் மாறலாம். "ஏல வா வா! இம்புட்டு இளைச்சிட்டியேல்ல", என்றெல்லாம் எந்த இமிகிரேஷனும் கேட்க மாட்டார்கள்.

வெளியே வந்ததும் கனடிய இலங்கைத் தமிழ் நண்பர்கள், அவர்களுக்கே உரிய பெருத்த விருந்தோம்பலுடன் வரவேற்றார்கள். "முதலில் பசியாறலாம் என்ன? வண்டியில் கதைத்துக்கொண்டே செல்லலாமில்ல" என அழைத்துக் கொண்டு ஸ்காப்ரோ நீல்கிரீஸ் உணவகத்தில் நிறுத்தினார்கள். 23 ஆண்டுகளுக்கு மேலாக பிரபலமாய் இயங்கி வரும் தமிழ் உணவு விடுதி அது. அதன் முதலாளி ஈரோட்டுக்காரர். படிப்படியாக வாழ்வில் உயர்ந்து நிற்கிறார். அந்த 78 வயது முதுமையிலும் அவரும் அவரது மனைவியும் புன்னகை ததும்ப உபசரிப்பதும், பணியாளோடு பணியாளாக சாம்பாரை பரிமாறும் நேர்த்தியும் ஒருகணத்தில் அவர்கள் வெற்றியின் ரகசியத்தையும் சாம்பாரோடு சேர்த்து நம் தட்டில் பரிமாறுகிறது.

ஞாயிற்றுக்கிழமை காலையில் ஸ்காப்ரோ "தமிழ் கலாநிதி மன்றத்தில" நிகழ்வு. இ-குருவி அமைப்பின் 10ம் ஆண்டு விழா. "மதிப்பு கூட்டல்" என்கிற மையக் கருத்தோடு. 'உணவு - வாழ்வியல்- ஆரோக்கியம் என எதில் எப்படி மதிப்புக் கூட்டி வாழ்வது?' என ஒன்றரை மணிநேர உரை. அதைத் தொடர்ந்து கேள்வி பதில் என அத்தனை உற்சாகமாய் நிகழ்ந்து முடிந்தது. "கொஞ்சம் இளைச்சிட்டீங்களோ? தம்பி படிப்பை முடிச்சிட்டாரா? மகள் நலமா? எப்போ கல்யாணம்?" என மட்டக்கிளப்பில் பிறந்து, கனடாவுக்குப் புலம்பெயர்ந்த நான் இதுவரை பார்த்திராத ஈழத்தமிழ்ப்பாட்டி அன்போடு வினவுவது, அவ்வளவு ஆனந்தமாயிருந்தது. மைல்கள்/ கண்டங்கள் கடந்து முன்பின் அறியாதோரை அரவணைக்கும் உறவுகளுக்கு, நம் தமிழ்மொழியும் இணையத்தின் சமூக ஊடக அல்காரிதமும்தான் காரணம்.

பல பில்லியன் டாலர் முதலீட்டில் இயங்கும் டிம்ஹார்டன் உணவுக்கடை இருக்கும் வளாகத்தில், வாகை மரச்செக்கில் அங்கேயே

ஆட்டிக்கொடுக்கும் நல்லெண்ணெய் விற்கும் “மகான் ஆர்கானிக் “கடை கம்பீரமாய் நிற்பது இந்த பயணத்தில் பார்த்த புதிய இன்னொரு பரவசம். கம்பு, வரகு, சாமை என அத்தனை சிறுதானியமும், இலவங்கப்பட்டை ஆவாரை, குப்பைமேனி என பல மூலிகையும் கனடா நாட்டுச் சான்று பெற்று அங்கீகாரத்துடன் விற்பனை செய்யப்படுவது “நாம் நகர்கின்றோம்!” என்கிற நம்பிக்கையை விதைத்தது.

கூட்டம் முடித்து, குட்டித்தூக்கம் போட்டு எழுந்து, ஒஷாவா இரயில் நிலையம் வந்து, கனடாவின் தலைநகர் ஆட்டவாவிற்கு ரயில் ஏறினேன். லேக் ஒண்டாரியாவை ஒட்டியபடியே ஒரு நாலு மணி நேரப் பயணம். அட்டவாவில் ஒன்றரை நாள் இருந்துவிட்டு, அடுத்த நாலு நாட்கள் உலகத் தொற்றா வாழ்வியல் நோய் கருத்தரங்கு. உலகெங்கும் இருந்து ஒவ்வொரு அறிஞராய் வர ஆரப்பித்து விட்டனர். ஒன்றரை மணி நேர உரையாற்றுதல் எளிது. கொஞ்சம் பழகியும் விட்டது. உலக ஆய்வரங்கில் 10 நிமிடம் 8 சிலைடுகளில் சித்த மருத்துவம் உணவு குறித்து உரையாற்ற வேண்டும். அது கடினம். இதுவரை நான்கு முறை உரையை பவர்பாயிண்ட்டில் நேர்த்தி செய்தாகிவிட்டது.

இங்கே நான் பேசுவதைவிட பல அறிஞர்கள் பேசுவதைக் கேட்க வேண்டும். அமெரிக்கா கனடா இங்கிலாந்து என்ற வளர்ந்த நாடுகளில் இருந்து மட்டுமல்லாமல் ஈக்வடார் நாடு, தென் ஆப்ரிக்கா, போலந்து, உக்ரேன் என பல நாடுகள் சர்க்கரை நோயை எப்படி கையாளுகின்றன என்றும் பேசுகிறார்கள். தலைவிரித்தாடும் சர்க்கரை நோயும், மாரடைப்பும் தமிழ் நிலத்தில் மட்டுமல்ல, உலகம் முழுக்க உள்ள முக்கிய நலச்சவால். புதிதாக *Climate change* க்கும் சர்க்கரை நோய்க்குமான தொடர்பு பற்றியும் பேச இருக்கிறார்கள். இன்னமும் அறியப்படாத பல உண்மைகளை ஆழத்தில் கொண்ட அட்லாண்டிக் கடல் போன்ற பெரும் அறிவியலின் மேற்பரப்பில் துள்ளியோடும் சில சால்மான் மீன்களையாவது பிடித்துவரலாம் என்கிற கனவில் துடிப்புடனும் தூண்டிலுடனும் ஆண்ட்டாரியாவின் ஏரிக்கரையில் பயணிக்கிறேன்.

அட்டாவா கனடிய நாட்டின் தலைநகரம். தலைநகரத்தின் பரபரப்பு இல்லாமல் இயங்கும் அழகிய நகரம். ஊரைச்சுற்றி ஓடும் அட்டாவா நதி இவ்வூரின் பேரழகு. ஆங்காங்கே ஓடும் விரிந்த ஓடையும் கால்வாய்களும். பனி நேரத்தில் மொத்தமாய் உறைந்து நின்று உள்ளூர் குழந்தைகளை பனிக்கால ஹாக்கி ஸ்கேட்டிங்

விளையாடச் செய்யுமாம். கனடா நாடு இன்னும் இங்கிலாந்து மன்னர் குடும்பத்தின் கீழ்தான் என்பது பலருக்குத் தெரியாத ஒன்று. குடியுரிமைச் சத்தியப் பிரமாணம் இப்போது இங்கிலாந்து அரசர் சார்லஸுக்கு கீழ்தான் எடுத்தாக வேண்டும்.

நெடிந்துயர்ந்த கட்டடங்கள், அரண்மனை வளாகம் எல்லாம் டவுண்டவுன் பகுதியில் பெரும் ஏரிக்கரை ஓரம் மட்டும். பிற இடங்களெல்லாம் நல்ல பசுமை சூழ! ஒவ்வொரு வீட்டு ஜன்னலையும் ஆட்டவாவின் மஞ்சள் சாம்பல் குருவிகள் தட்டும் படி இயற்கைக்கு நெருக்கமாக இருக்கின்றன. கனடாவை ஆர்டிக்கை ஒட்டியுள்ள அட்டுப்பனிப் பிரதேசம் என்றுதான் நம்மில் பலர் அறிவோம். ஆனால் விவசாயத்தில் மெல்ல மெல்ல, கொடிகட்டிப் பறக்கும் மக்கள் அவர்கள். உணவு உற்பத்தியில், முன்னணி நாடான அமெரிக்கரின் பசிக்கும், பர்கரோ பன்றிக்கறியோ பனியாரமோ அதில் வைக்கப்படும் ஏதேனும் ஒரு பொருளையோ பரிமாறிவது அதிகம் கனடாதானாம்!

கடந்த இருபது வருஷத்தில் விவசாய நிலத்தை இரட்டிப் பாக்கியுள்ளனர். அதில் கணிசமான பங்கு இந்தியர்களால் என்கின்றனர். கோதுமை, கொண்டக்கடலை, கனோலா என விரியும் அவர்களின் வேளாண்மையில், பதட்டப்படவும் கோபப்படவும் வைக்கும் முக்கிய விஷயம் மரபணு மாற்றப்பட்ட பயிர்களை வெகுவாக அவர்கள் சந்தைப்படுத்துவதும் வேளாண் உற்பத்தில் கொண்டு செல்வதும்தான். கனோலா எண்ணெயில் இருந்து கிட்டத்தட்ட அரிசி கோதுமை ஆப்பிள் என அத்தனையிலும் மரபணு மாற்றப்பட்ட பயிர்கள் உற்பத்தி. “140 மரபணு மாற்றப்பட்ட பயிர்களை நாங்கள் மிக கண்டிப்பான சட்ட நெறிமுறைகளுக்குப் பின்னர்தாம் நாங்க சந்தைப்படுத்துகின்றோம்” என மார்தட்டிக் கொண்டாலும், இவ்வளவு நிலப்பரப்பும் நீர்ப்பரப்பும் மண்ணில் கனிமவளமும் கொண்ட உங்களுக்கு எதற்கு இந்த மரபணு மாற்றப்படும் விளையாட்டு? எல்லா நாட்டு மக்களையும் அரவணைத்து குடியுரிமை கொடுக்கும் உங்களுக்கு எல்லா உயிரிகளுக்கும் மகிழ்ந்து வாழ உரிமை கொடுக்கும் வேளாண் அறம் புரியாதா?

ஆப்பிளையோ, உருளைக்கிழங்கையோ, கத்தரிக்காயவோ குறுக்கே வெட்டி காற்றுப்பட வைத்தால் வெட்டுப்பட்ட இடம் பழுப்பாகும் . *Poly phenol oxidase* என்கிற என்சைம் அந்த ஆப்பிளில் இருப்பதால் வெட்டிய இடத்தில் காற்றுப்பட்டதும் பழுப்பாகும். இப்படி பழுப்பாகாமல் இருக்க அதன் மரபணுவை மாற்றி “ஃபுஜி ஆர்க்டிக் ஆப்பிளை”

உருவாக்கி கனடாவில் பயிரிடுகின்றனர். சந்தைப்படுத்துகின்றனர். நம்மூர் மாரியம்மனை வேண்டிகொண்டு, அங்கே சந்தைப்படுத்தப்படும் காஸ்டாரிக்கோ ஆர்கானிக் வாழைப்பழத்தையும், 'சாமி சத்தியமா ஆர்கானிக் தாங்க' என சொல்லப்பட்ட செர்ரி பழங்களுடனும் என் பழவேட்டையை நிறுத்திக்கொண்டேன்.

இப்படி எல்லா பயிரிலும் உயிர் தொழில் நுட்ப விளையாட்டு கூடியிருப்பதால், ஆர்கானிக் இயற்கை வேளாண் உற்பத்தி, மாடித்தோட்டம்/ வீட்டுத் தோட்டம் இவையும் இங்கே களைகட்டி இருக்கின்றது. எல்லா வீட்டிலும் பெரும் படிப்பு படித்த விஞ்ஞானிகள்/ work at home பணியில் உள்ளோர், தனக்கான காய்கறியை வீட்டில் உற்பத்தி செய்ய அதிகம் மெனக்கெடுகின்றனர். நிலம் எக்குத்தப்பாய் இருப்பதால், "கொஞ்சம் தோட்டம் போடணும்!" என நகரப்பஞ்சாயத்தில் கேட்டால், வார்டு கவுன்சிலர்/ வட்ட பஞ்சாயத்து பிரச்சினை ஏதும் இல்லாமல், தெருக்கோடியில் 30-40 செண்டு நிலம் கொடுக்கின்றனர். Community garden என அதற்குப் பெயர். கொஞ்சம் சீரியஸாகவே 'பயிர் வைக்கணும், விவசாயம் செய்யணும்', எனக் கேட்டால், ஊருக்கு சற்றே வெளியே சின்ன தொகைக்கு 3-4 ஏக்கர் வாடகைக்கு வாங்கி விவசாயம் செய்யலாம். இப்படியான குட்டி விவசாயிகள் நிலத்தை மொத்தமாய் இயற்கை விவசாயம் செய்கின்றனர்.

அப்படி தங்கை விவசாயம் செய்து வந்த ஒரு பண்ணைக்கு, நேரில் போய்ப் பார்த்தேன். வலதுபக்கம் சீனப்பெண்கள்(கல்லூரி மாணவிகளாம்) 3/4 ஏக்கரில் காய்கறிப்பண்ணையும், பின்பக்க நிலத்தில் ஜமாய்க்கா சகோதர்கள் மூன்று பேர் உருளைக்கிழங்கு கேரட் தோட்டமும், இடப்பக்கம் ஒரு சிரியா பெண் கேல் எனும் கீரைத் தோட்டமும் போட்டுக் கொண்டிருக்கின்றனர். மிகத் தாராளமான தண்ணீரும் மதிப்பு கூட்டப்பட்ட இயற்கை வேளாண் பொருளுக்கான சந்தையும் ஒரு வங்கி அதிகாரியை 'ஏரோட்டச்' செய்கிறது. பயாலஜிஸ்ட்டை 'களை பறிக்க' வைத்திருக்கிறது. "எங்க ஊர்ல நாங்க இப்படித்தான் செய்வோம்" என பக்கத்து சீனக்காரியும் ஜமாய்க்காகாரரும் வரப்புத்தகராறில்லாமல் உரையாட வைக்கின்றது. இந்த உரையாடலை வேடிக்கையாகப் பார்த்துக்கொண்டு, காதுகளை விரைப்பாக வைத்துக்கொண்டு முயலொன்றும், செர்ரி மரத்தின் கிளையில் மஞ்சள் குருவியொன்றும் ஏதோ நக்கலாக பேசிச் சிரித்துக் கொண்டிருந்ததை நானும் பார்த்தேன்.

அட்டாவின் ஆச்சரியப்பட வைத்த விஷயம், அவர்கள் பள்ளிக்கல்வி முறை. முந்தைய இரவில் தங்கை மகனின் மெயிலுக்கு, "*academic awards* உனக்கு இருக்குப்பா! காலையில் கண்டிப்பாக வந்துடு," என மெயில் வர, நானும் உற்சாகமாய் அவன் உடன் பள்ளிக்கு கிளம்பினேன். மெடல்களை விட, எனக்கு பெரும் வியப்பாயிருந்தது எதற்கு பரிசளிக்கின்றனர்? என்பதைப் பார்த்துதான். நல்ல மார்க்குக்கு ஒரே ஒரு மெடல். மீதி ஒன்பது மெடல், எத்தனை கதைபுத்தகம் வாசித்துள்ளான்?, தன் சகமாணவ மாணவியரின் நலத்தை எப்படி பார்க்கிறான்/ள்?, *critical thinking* எப்படியுள்ளது?, சூழலை பாதுகாக்க என்ன தன்னளவில் செய்கிறாள்? கருப்பின மக்கள் பாதுகாப்பில் என்ன பங்களிப்பு? அரசியலை பார்க்கும் விதம்? அறிவியலின் பங்களிப்பை அன்றாட வாழ்வில் அணுக்கமாய்ப் பார்க்கும் விதம், என என்னென்னவோ...

எனக்கு மனக்கண் முன்னே மறைந்த இதழியலாளர் ஞானி, திருச்சி எஸ்ஆர்வி பள்ளியில் எடுத்த பல முன்னெடுப்புக்கள்தான் மனதில் வந்தது. தமிழ்ச்செல்வன் சார், பத்மா மா, துளசி சார் எல்லாம் இப்படியான மாணவ சமூகத்தை உருவாக்க எடுக்கும் முயற்சிகள் எப்போது நம் தமிழகமெங்கும் எட்டும்?

வெளியே அந்தப் பள்ளி வாசலில் +2 மாணவ மாணவியர் ஹோவென இரைச்சலுடன் ஆடிப்பாடி ஓடிக்கொண்டிருந்தனர். சித்தப்பிரமை பிடித்து நலிந்து மெலிந்து வெறித்த பார்வையுடன் திரியும், நம் ஊர் நீட்/ ஜேஈஈ கோச்சிங் கிளாஸ் போய்வரும் கூட்டம் மாதிரி எவரையும் அங்கே காணோம். நாம் தெரிந்து கொள்ள, திட்டமிட, சிறிது சிறிதாயினும் புது வெளியில் நகர நிறையவே பயணிக்க வேண்டியுள்ளது.

பயணங்கள் எப்போதுமே நம் வயதைக் குறைக்கும் விட்டமின் டானிக்குகள். அதுவும் 'மச்சினங் கல்யாணத்துக்குப் போகோணும்; மாவரைக்கிற மிஷின் மலிவா வாங்க நம்ம ஓனரோட சிரிச்சிக்கிட்டே போகோணும்'', என்கிற சாங்கிய சம்பிரதாயமில்லாமல், ஜன்னலோரம் வேடிக்கை பார்த்துக் கொண்டு செல்லும் களிப்பு சுற்றுலாக்கள், கூடுதலாய் நம்மை வாலிப வயதுக்கு அழைத்துச் செல்லும் காயகற்பங்கள். ஆதலால் பயணித்துக் கொண்டே இருக்க வேண்டும் என எப்போதும் நினைப்பது உண்டு.

பள்ளி நாட்களில், பின்னிரவைத் தாண்டிய பொழுதுகளில், தலையணையை மடியில் வைத்து இரைப்பு நோயில் எனக்கு மட்டும்

கேட்கும் விநோத ஒலியில் முன்குனிந்து அமர்ந்திருக்கையில், 'நம்மால் வேகமாக நடக்கவும் ஓடவும் முடியவில்லையே', என மனசு வலிக்கும். என் சமகாலத்தில், சைக்கிளுக்கு டிரைவர் வைத்த ஒரே சிகாமணி அனேகமாக நானாகத்தான் இருப்பேன். "ஓட என்னடா?.. நீ உலகெல்லாம் பறப்ப" என அம்மா சும்மானாச்சும் ஆற்றுப்படுத்த உசுப்பேத்திவிட்டது, எப்படியோ குலதெய்வம் காதுல விழுந்துவிட்டது; சாமி +2 வில் கொஞ்சம் மதிப்பெண்களைக் குறைத்து, பாலாஸ்பத்திரீல படிக்க இடம் கொடுத்தது. (நாம நல்லா படிக்கலைங்கிறது, பேப்பர் திருத்தியவனுக்கும் குல தெய்வத்துக்கும் மட்டும்தானே தெரியும்!)

பின்னாளில், மண்டைக்குள் மூளை வளர்ந்திச்சோ இல்லையோ, என் நோஞ்சான் நெஞ்சுக்கு இரண்டு பக்கமும் இறக்கை வளர்ந்தது. தமிழ் ஆசிரியர் கிரகோரி ஒரு இறக்கைக்கு எண்ணெய் போட்டுவிட, சித்த மருத்துவ ஆசிரியர்கள் இன்னொரு இறக்கைக்கு தைலம் தேய்த்துவிட்டார்கள். விளைவு? அனேகமாக உலகின் எல்லா வெளியிலும் நான் பறந்து செல்வதற்கு தமிழும் சித்த மருத்துவமும் இரண்டு இறக்கைகளாயிற்று.

கனடாவில் ஐந்து நாளும் மருத்துவக் கருத்தரங்கு. நிறைவு நாளன்று இரவே அமெரிக்கா செல்லணும். 'அப்ப நயாகரா முடியவே முடியாதா?' என சோர்ந்திருந்த பொழுதில், நண்பர் நவஜீவனின் குரல் அசரீரியாக் கேட்டது. "ஏன் முடியாது?; 5 மணிக்கு உங்க மீட்டிங் முடியுது. நாம நம்ம காரில் உடனே கிளம்புறோம். 6.30க்கு நயாகராவில். சரியா?" எனக்கேட்டார். அன்றைக்கு மாலை 4 மணி முதல் 5 வரை *pleanary lecture* மேற்கத்திய நாடுகளின் புள்ளிவிவரங்கள் பேச்சு. வழக்கமாய் கணக்குக் கேள்வியைக் கடைசி முழுஆண்டுத் தேர்வில் சாய்ஸில் விடுவது போல், அந்த கஷ்டமான புள்ளிவிவர உரையை மட்டும் விட்டுவிட முடிவெடுத்தேன். மாலை 4 மணிக்கே அரங்கிலிருந்து கிளம்பி, அறைக்கு போய், கோட்டு சூட்டு எல்லாம் கழற்றி எறிந்து விட்டு, பனியன் ஜீன்ஸை மாட்டிக்கொண்டு தயாரானேன்.

சுற்றுலாவில் அலைபேசியில் போட்டோ எடுத்து, அவ்வப்போது ஸ்டேட்டஸில் வைப்பது என்பது சமகால சம்பிரதாயம். அதற்கு நம் தொப்பை தெரியாத வண்ணம் உடையணிவதும், சாம்பு மாமாவின் ஒற்றை நாற்றங்கால் வயல் மாதிரி இருக்கும் நம் செமிச்சொட்டை மண்டையை, சாம்பு போட்டு அலசிவிட்டு, முடிகளைத் தற்காலிகமாக உசுப்பிவிட்டு மறைப்பதும் சுற்றுலாச் சட்ட விதி. நான் விதிகளை

மதிப்பவன். "நீங்க டொரண்டோவின் நெரிசலான உள்பகுதிக்கு வரவேணாம். நானே கொஞ்ச தூரம் மெட்ரோ ரயிலில் பிகரிங் பகுதிக்கு வாரேன். அங்கிருந்து பைபாஸைப் பிடித்து, சீக்கிரம் நயன்தாராவை.. சாரி நயாகராவைப் பார்க்கப் போய்விடலாம்' என சொல்லிக் கிளம்பினேன். டொரண்டோவில் எங்கு போக வேண்டும் என்றாலும் *Gorail* வசதி உள்ளது. டாக்சியில் ஏறிவிடவே கூடாது. அது *treadmill* இல் ஏறுவது மாதிரி. ஆமாம்! ஓடிக்கொண்டே இருக்கிற மாதிரி இருக்கும். ஆனால் இம்மி நகர்ந்திருக்காது. அவ்வளவு *traffic*.

நயாகராவைப் பார்ப்பது இது நான்காவது முறை. காதலியைப் பார்க்க போகும் போது, எத்தனாவது வாட்டி என எதிலாவது கணக்கு வைப்போமா என்ன? நயாகராவைப் பார்ப்பதும் அப்படித்தான். எந்த இடத்தில் இருந்தும், எப்படிப் பார்த்தாலும் பேரழகைத் தரும் பேரருவி நயாகரா. முழு உடம்பும் நல்லெண்ணெய் தேய்த்து, துண்டு கட்டிட்டுப் போய் குளிக்க எல்லாம் முடியாது. நல்ல வெயிலடிக்கும் போதும், சில்லெனக் கொட்டும் அருவியின் அருகாமைக்கே படகில்தான் போக முடியும். கரைக்கு அந்தப்பக்கமிருந்து அமெரிக்க மக்களும், கனடா பகுதியில் இருந்து கனடிய மக்களும், படகில் போய் பக்கத்தில் நயாகராவைப் பார்க்கலாம். முதல் முறை அருவிக்கு அருகே கனடிய சுற்றுலாப் படகில் அருவியை நெருங்கிய போது கேட்ட "ஹோ!" எனும் பேரிரைச்சல், அருவி நதியில் விழுந்து பெரும்புகையாய் எழும்பும் பனித்திவலைப் புகை, மொத்தமாய் நம்மை நனைத்துவிடும் சாரல், ஒரு பேரானந்த வைபவம். கிட்டத்தட்ட, ஒரு பக்கெட்டில் கோரி, நம் மூளைக்குள் எண்டார்பினை விடும் சம்பவம் அது! (எண்டார்பின் என்பது ஒரு அழகுப் பெண்ணோ அல்லது ஒரு ஆரோக்கியக் குழந்தையோ தன் கண் சிமிட்டி கன்னத்தில் குழிவிழச் சிரிக்கையில், மூளையின் ஹைப்போதலாமஸ் பக்கம் நானோகிராமில் சுரக்கும் ஒரு சோமபான வஸ்து).

நயாகராவை அமெரிக்க பகுதியிலிருந்து பார்க்க அழகு. கனடிய பகுதியில் இருக்கும் போதுதான் பேரழகு. பேரருவியாய் விழும் முன்னர், பரந்து விரிந்த நதியாய் ஓடிவரும் அழகையும் கரையோரம் நடந்து சென்று ரசிக்கலாம். அதன் கிளைப்பகுதியில் விதவிதமான பறவைகள் சிலிர்ப்போடு ஓடிவிளையாடுவதையும் ஓரமாய் உட்கார்ந்திருந்து ரசிக்கலாம். வசதியுள்ளோர் ஹில்டன் ஓட்டல் கரையோரம் கட்டியுள்ள மாடிக்கட்டட ஓட்டலில் தங்கி அதிகாலைப் பொழுதில் ரசித்து ஆனந்தமயமாகலாம். லண்டனின் "கோல்டன் ஐ"

மாதிரி பெரிய இராட்டணத்தில், ஆடிக்கொண்டேயும் நயாகராவைப் பார்க்கலாம்.

பேரருவியைப் பார்க்கும் பெருங்கூட்டத்தில், பேர்வாதி பேர் நம் நாட்டில் இருந்து வரும் இந்தியக் கூட்டம். நயாகராவின் விளிம்பில், நான் ஆனந்தபரவசத்தில் கரைந்து கொண்டிருக்கையில், “சார் நீங்க அந்த டாக்டர்தானே? எனக் கேட்டு ஒரு இளைஞர் கூட்டம் வந்து செல்ஃபி எடுத்துக் கொண்டது. “காசு பணம் இருந்தால் புடிங்கிருவானுவ சிதம்பரம்; படிப்பு மட்டும்தாம். வேணும். நல்லாப் படி” எனும் வெற்றிமாறனிய இலக்கணத்தில், நன்கு படித்து வந்து, கனடாவில் மென்பொருள் துறையில் பணியாற்றும் நம் ஊர் கருப்பு இளைஞர்கள் அவர்கள். அவர்களின் ஆனந்தச் சிரிப்பிலும், நயாகராவின் பெரும் நீர்வீழ்ச்சியின் நுரைத்துப் பொங்கும் வெண் நுரையில் எல்லாம், அந்த தமிழ்ப்பேராசானின் வெண்தாடியும் எனக்கு மிடுக்காய்த் தெரிந்தது. படிப்பு மட்டும்தான் சீனப்பெருஞ்சுவர் ஏற வைக்கும்; நயாகராவில் நனைய வைக்கும்; கிராண்ட் கானியனின் உயரத்தில் நடக்க வைக்கும். படிக்கணும் சிதம்பரம்! புத்தகத்தையும் சமூகத்தையும்.

நயாகரா முழுக்க முழுக்க ஒரு சுற்றுலா நகரம். இந்த அருவியை/ நதியை, காலையில் மாலையில் இரவில் கோடையில் பனியில்

என ஒவ்வொரு பொழுதிலும் விதவிதமாய் பார்த்து ரசிக்க முடியும். அமெரிக்காவும் கனடாவும் போட்டிபோட்டு இதன் அழகைப் பாதுகாக்கின்றனர். சுற்றி சுற்றி நடைபாதை, மிக அழகிய பூங்காக்கள் என எல்லாமே அழகு. குறிப்பாய் குளிக்க இயலாதென்பதால் கிழிந்த ஷாம்பு பாக்கெட், எண்ணெய் பிசுக்கு எங்கும் இல்லை. வெள்ளரிக்காய் மிளகாய் பஜ்ஜி விற்பதில்லை. டிம் ஹார்டனில் வாங்கி வரும் காபி டம்ளரையும் சரியான குப்பைத் தொட்டியில் தேடி போடும் பழக்கம் அங்கே மரபணுவிலேயே ஒட்டி இருப்பதால் அருவியைச் சுற்றியும் அழகு. அருவிக்கு வெளியே ஊரின் பாதையெல்லாம் சூதாட்ட அரங்குகள் நிறைய. ஹெர்ஷீஸ் எனும் அமெரிக்க சாக்லேட் கம்பெனி, அங்கே சுடசுட கொடுக்கும் சாக்லேட்டுகள் பல இளசுகளை ஈர்க்கின்றது.

உலகக் குடிதண்ணீரில் 15% கனடாவில் தான் உள்ளது. 0.2% கூட உலக மக்கள் தொகையில் இங்கு இல்லை. ஆனால் இவர்கள் நீரைப் பழிப்பதில்லை. அளந்து அளந்துதான் செலவழிக்கிறார்கள். “ஒண்ணுக்குப் போனால் சின்ன பொத்தானை மட்டும் அழுத்துங்க; தண்ணீர் பத்திரம்” என எல்லா கழிப்பறையிலும் எழுதப்பட்டுள்ளது நயாகரா கொட்டும் நாட்டில். நாம் கற்றுக் கொள்ளவேண்டிய சிக்கனம் இது.

பிரிய மனமில்லாமல் நயாகராவை விட்டு நகர்ந்து பின்னிரவில் நண்பர் ஆனந்தின் பிராம்ப்டன் ஓட்டலுக்குச் சென்று, சூடாய் மசால் தோசையை சாப்பிட்டுவிட்டு ஓட்டலறைக்கு வந்தபோது, அந்த நாள் கடந்து போய்விட்டது. ஓட்டல் அறை டொரண்டோவின் மையப்பகுதியில் 32 வது மாடி. உயரமான அறையின் கண்ணாடிச்சுவர் வழியே தெரியும் சி என் டவர், ஒருகாலத்தில் உலகின் உயரமான டவர். வண்ண வண்ண விளக்குகள் சுற்றியுள்ள அடுக்கு மாடிகளில் கண் சிமிட்டிக் கொண்டே ஊரின் அழகை நெஞ்சில் நிரப்ப, மெல்ல கண்களை மூடிக் கொண்டேன். நாளை அமெரிக்காவிற்கு.!

“அமெரிக்கா” எப்பவும் ஒரு மந்திரச்சொல்தான். “புள்ள அமெரிக்கால படிக்கிறான்”, “விசா கிடைசாருச்சுடா”, அமெரிக்க மாப்பிள்ளை”, “டாலர் தேசம்” என்கிற வார்த்தைகளைக் கடக்காமல் வாலிப வயதைக் கடப்போர் குறைவு. இணையம் எட்டிப்பார்த்துக் கொண்டிருந்த பொழுதுகளில், மேல்படிப்பு படிக்க, நமக்கும் அங்கே எதனாச்சும் எம்.எஸ் கிடைக்காதா? கொஞ்சம் அங்க போய் ‘நாடி பார்த்து கசாயம் காய்ச்சிக் கொடுக்க’ முடியுமா? என

விக்ரமாதித்தனாய் முயற்சித்ததுண்டு. ஒரு பல்கலைக்கழகம் “கட்டுரை வாசிக்க மட்டும் வா வா”, என 1995இல் அழைப்பு கொடுத்தும், அன்று இரவெல்லாம் துண்டு விரித்து, (முன்பு அப்படிதான் விசா வாங்க நிக்கணுமாக்கும்) கதீட்ரல் சாலையில் அமெரிக்க எம்பசி நடைபாதையில் படுத்துக்கிடந்து, காலையில் எம்பசிக்குள் போய், பாஸ்போர்ட்டைக் கொடுக்க, “ போ! போ! விசா தர முடியாது” என விரட்டி அனுப்பிய அழுவாச்சி வரலாறு எனக்கும் உண்டு. காலம் ஓட ஓட, உணவு ஆய்வாளனாக முதன் முறையும், அதன்பின் அடுத்தடுத்து தமிழும் சித்த மருத்துவமும் பல முறை அமெரிக்காவிற்குள் செல்ல சிகப்புக் கம்பளம் விரித்துக் கொடுத்தது.

இந்த முறை டொரண்டோ கருத்தரங்கு முடிந்தபின் மூன்றே நாட்கள் அமெரிக்க தேசம் சென்று வர திட்டம். அமெரிக்காவில் நுழைந்தபின் செய்ய வேண்டிய குடியேற்ற சோதனையை(இமிகிரேஷன்) இப்போதெல்லாம் அமெரிக்கா நாம் வரும் வழியிலுள்ள நாட்டிலேயே செய்துவிடுகிறார்கள். அபுதாபி வழி அமெரிக்கா வந்தால், அபுதாபி ஏர்போர்ட்டிலேயே உங்களுக்கு “இமிகிரேஷன் செக்” நடந்து முடிந்துவிடும். எனக்கு டொரண்டோ விமான நிலையத்தில் நடந்தது. அமெரிக்க குடியுரிமைச் சோதனை கேள்விகள் சித்தமருத்துவ இறுதியாண்டு நேர்முகத் தேர்வு கேள்வியைப் போலவே எக்குத்தப்பாய் வியர்க்க வைக்கும். 4-5 முறை வந்தாலும், அந்த வினாடியில் ‘லைட்டா’ ஒரு படபடப்பு வந்து செல்லும். ஐந்தரை வருடத்தில் படபடப்பாய் இருந்த பொழுதுகள் அந்த நேர்முக பரீட்சையில் பதில் சொல்லும்போதும், அப்புறம் கிளாஸ்மெட்டிடம் காதலைச் சொல்லிட்டு, பதிலுக்குக் காத்திருக்கும் போதும் மட்டும்தான். இரண்டு எக்சாமினருமே கொஞ்சம் “பயங்கரமா” கேள்வி கேட்டவர்கள் தான்.. ஆனால் முதல் முயற்சியிலேயே பாஸ் பண்ணி விட்டுட்டாங்க...

என் வகுப்பில் நண்பன் ஒருவனுக்கு, நேர்முகத்தேர்வில் நடந்த துன்பியல் சம்பவம், இப்போதும் எனக்கு மறக்க முடியாத ஒன்று. பொதுவாய் நேர்முகத் தேர்வில் வரிசையில் நிற்கையில், “முந்தைய ஆளுக்கு என்ன கேள்வி கேட்டாங்க? அவன எப்படித் துவைச்சுக் காயப் போட்டாங்க?”, எனக் கேட்டு, பின்னால் பெவிலியனில் நிற்கும் நாங்க அதுக்கு ஏற்ற மாதிரி பதிலைக் கடைசி விநாடியில் மனசுல தயாரிப்போம்.

அப்படி அந்த நண்பன் அவனுக்கு முன் உள்ளே போய் வந்த இன்னொரு நண்பன் வியர்த்து விறுவிறுத்து வெளியே வர, “ மச்சான்

என்னடா கேட்டாங்க உள்ளே? என கேட்க, அவன் " சே! நான் எல்லா மருந்தையும் பத்தி படிச்சிருந்தேண்டா. ஆனா அந்தாளு காண்டாமிருகத்தைப் பத்தி கேட்டாருடா..நம்ம ஊர்ல இப்பல்லாம் யாருடா இத பயன்படுத்துராங்க.. போச்சுடா பெயிலாக்கிருவாரு" என அழாத குறையாய் சொல்லிச் செல்ல, வரிசையில் நின்ற மொத்த கூட்டமும் கையிலுள்ள புஸ்தகத்தில் காண்டாமிருகத்தை தேடியது. அந்த பக்கத்தை "எந்திரன் ரஜினி" மாதிரி கண்ணால் ஸ்கேன் செய்தது. நண்பனும் செய்தான். அடுத்ததாய் அவனை உள்ளே அழைத்தார்கள். தேர்வு நடத்தும் ஆசிரியர் அவன் உள்ளே உட்கார்ந்ததும், அவனிடம், "இந்தியாவின் தேசிய விலங்கு என்ன?" என் சூசகமாய் தேர்வை ஆரம்பித்தார். அவனோ இதய படபடப்பு எகிறி இருந்ததால், தடாலடியாக கடைசியாக வரிசையில் படித்த பரபரப்பில் . "சார்! அது வந்து சார் காண்டாமிருகம்" எனப் பதில் சொல்ல, ஆசிரியருக்கு குபீர் என கோபம் கொப்பளித்தது. புலியை பற்றி பதினைந்து கேள்வி அவர் மனசில் தயாராயிருந்தது போல. " கிண்டலா பண்ரே!; வெளியே போ"என விரட்டினார். காண்டாமிருகத்தால் அவனுக்கு ஆறுமாத பெயில் கிடைத்தது. (இப்போது அவன் மிகப்பெரிய முக்கிய மருத்துவர் என்பது வேறுவிஷயம்). அமெரிக்கா விசாவும் அப்படித்தான். பரபரப்பில் லைட்டா உளறிக் கொட்டினால், திருப்பி

அனுப்ப வாய்ப்பு உண்டு. நல்லவேளை எனக்கு அப்படி சம்பவம் ஏதும் நேரவில்லை.

"எதுக்கு அமெரிக்கா?"

" *friend* அ பார்க்க போறேன்"

" எப்படி நீங்க ஃப்ரெண்டு"

" ஹைஸ்கூலில் இருந்து.."

" போய் என்ன செய்யப்போறே?

"அவனையும் வாஷிங்டனையும் பார்த்துட்டு வந்துடுவேன்."

"மூணு நாள் போதுமா?"

"போதாது தான். என் ஊர்ல ஒய்ஃப் கொலவெறீல இருக்காங்க. திரும்பி சீக்கிரம் போகணும்" என்றேன். சிரித்தான். " *you should have brought her with you*" என்றான். "இப்ப விசா எடுத்தால் ஒன்றரை வருஷம் வெயிட்டிங் லிஸ்ட்" என்றேன். "*Is it?*", என சிரித்துக்கொண்டு "போய் வா!" என்றான்.

வாஷிங்டன் பொட்டாமாக் நதிக்கரையில் வரலாற்று பிரம்மாண்டங் களுடன் நிர்மாணிக்கப்பட்ட நகரம். வெள்ளை மாளிகை, லிங்க்கன் நினைவிடம், வாஷிங்டன் டவர், பெண்டகன் என பெரும் பிரம்மாண்டங்களுடன் நிற்கும் நகரம். நானும் புது டீ சர்ட்டை, ஜீன்சை போட்டு வயசைக் கழற்றி வைத்து விட்டு போட்டோக்களுக்குத் தயாராகி, நண்பன் சுப்பையாவுடன் காரேறினேன். மிளகாப்பொடி கத்தரிக்காய் சாம்பார் இட்லி என நெல்லை விஞ்சை விலாசை மிஞ்சும் காலையுணவை சுப்பைய்யா வீட்டம்மா கொடுத்துவிட பொட்டமாக் நதியோரம் செல்லும் போது, மெல்லிய குறட்டை கேட்டதாக சுப்பையா சொன்னான். மெல்லிய தூறல், ரம்மியமான காற்று என நான் போயிருந்த நாள் அழகுக்கு அழகு கூட்டியிருந்தது.

இந்த மூணு நாளும் அவர்கள் சுதந்திர தினத்தை ஒட்டி என்பதால், நகர் முழுக்கவே மக்கள் வெள்ளம். ஏகத்துக்கும் தமிழர்களை/ இந்தியர்களைப் பார்க்க முடியும். ஸ்ட்ரோலர்களில் பேரன் பேத்திகளைத் தள்ளிக்கொண்டு ஓய்வு பெற்ற ஆசிரியரோ/பிடபிள்யூ கிளார்க்கோ சாலையைக் கடப்பதை வாஷிங்டன் உள்ளிட்ட அத்தனை அமெரிக்க சாலையிலும் நீங்கள் பார்க்க முடியும். "பேரன் பேத்தி வாக்கிங் வாக்கிங் நெட்பிளிக்ஸ்" எனும் அவர்கள் உலகத்தில் இப்போது கவுனி அரிசி, சால்மன் ஃபிஷ் ம் கூட சேர்ந்திருக்கின்றது. இடுப்புச்சதையைக் குறைக்க இரத்த சர்க்கரையைக் கட்டுப்படுத்த

அவர்கள் மெனக்கெடல் பெரிதினும் பெரிதாய்க் கூடியிருக்கின்றது. மிளகாய்ப் பொடியில் *flax seed* போடுகின்றனர். வீட்டுக்குள் கறிவேப்பிலை வளர்க்கின்றனர். சமையலறை அலமாரியில் கபசுரக்குடிநீர் டப்பா இருக்கின்றது. நிறைவாயிருக்கிறது!

மறுநாள் காலை அம்ட்ராக் வேக ரயில் பிடித்து நியூஜெர்சி வந்தேன். இரண்டு நாளும் நண்பர்கள் திரு ராம் நாகப்பன் மற்றும் தேவி நாகப்பன் வீட்டில் நல்ல ஓய்வான மகிழ்வான உரையாடல். திரு.ராம் நாகப்பன், நியூஜெர்சியின் ஒரு முக்கிய ஆளுமை. தமிழ் நாட்டில் இருந்து படித்து பெரிதும் உயர்ந்த பேராளுமை. திருமதி. தேவி நாகப்பன், நியூஜெர்சி தமிழ் சங்கத்தின் தலைவராக இருந்தவர். கலை இலக்கியம் பண்பாட்டு அசைவுகளில் பெரும்பங்கேற்பவர். அரசியலை அறிவியலை இலக்கியத்தை இத்தனை சிரித்து மகிழ்ந்து ஆறுதலாய் பேசி நாளாயிற்று. நியூஜெர்சியில் ஒரு *authentic Mexican* உணவகத்தில் தமிழ் நண்பர்களுடன் நாச்சோஸ்(சோளத்து சிப்ஸ்), சல்சா (தக்காளிச் சட்னி), கோக்கமாலா (அவகாடோ சட்னி) என சாப்பிட்டு ரசித்த வேளையில் வெளியில் முழு நிலவும் மகிழ்ந்து சிரித்தது.

ராம் சாரிடம் பேசியதில். அந்நாட்டின் பல நுட்பங்கள் புரிந்தன. இப்போது அமெரிக்காவில் கோலோச்சும் அத்தனை நிறுவனங்களுக்கும் அனேகமாக ஏதொ ஒரு தமிழனோ இந்தியனோ தான் “தல.” சுந்தர் பிச்சை மட்டுமல்ல, பட்டியலில் பலரும் இந்தியர். கோவிட்டுக்கு பிந்தைய காலத்தில் அனேகமாக இப்போது அமெரிக்காவின் பெரும் நண்பனாக மாறிவருவது இந்தியாதான். இங்குள்ள எல்லா நிறுவனங்களும் இந்தியப் பணியாளரை, இந்திய தொழில் நுட்பத்தை, இந்திய சந்தையை பெரிதும் நம்ப ஆரம்பித்துள்ளன.

ஆனால், ஒரு மிக முக்கியமான விஷயம். நாம் இப்போதும் அவர்களுக்கான வேலையாட்களாக மட்டுமே அதிகம் பார்க்கப் படுகின்றோம். அமேசான் மாதிரி, கூகுள் மாதிரி, ஒரு புதுமையை ஆரக்கிள் மாதிரி, பைத்தான் மாதிரி ஒரு புதுமையை நம்மால் இன்னமும் படைக்க முடியவில்லை. ஆனால் அமேசானும் கூகுளும் ஆரக்குளும் பைத்தானும் நம்மால்தான் அங்கே அதிகம் இயங்குகின்றது. இது நிச்சயம் போதாது. கிழக்கு ஐரோப்பாவும் மெக்சிகோவும் நமக்குப் போட்டியாக நம்மைவிட திறன் தருபவராக வளர்ந்து வருகின்றனர். ஜிடிபி யில் எட்டு ஒன்பதாம் இடத்தில் இருக்கும் நாம் பிரதமர் கனவில் மூன்றாம் இடத்துக்கு வர புதுமை இங்கே அவசியம் தேவை.

புதுமைச்சிந்தனை இளசுகளிடம் வர மொக்கை அடித்து நுழைவுத் தேர்வில் பாஸாகும் கலாச்சாரம் காணாமல் போக வேண்டும்.

Critical thinking, lateral thinking, out of the box solution ஐ தேடும் மாணவ உள்ளம் படைக்க வேண்டும். அப்படிப் பேசும் குழந்தைகளை அதட்டி, " உருப்படறதுக்கு வழியப்பாரு என நீட் கோச்சிங்கில் சேர்த்து மறை கழட்டாமல், அட! இன்னும் யோசிடா" என பாராட்டும் பக்குவம் முதலில் அப்பாம்மாவுக்கும் வாத்திக்கும் வர வேண்டும். தமிழகத்தில் தற்போது பெரும் ஊக்குவிப்பைக் கொடுத்து வரும் "ஸ்டார்ட் அப்" முன்னெடுப்புக்கள் எல்லாம் இப்படியான புதுமையை தமிழகத்தின் இளஞ்சமூகம் படைத்து விடாதா? என்கிற எதிர்பார்ப்பில் தான். உலக அரசியலில் சீனம் ஒதுக்கப்படுகிறது அல்லது ஒடுக்கப்படுகிறது. இந்தியாவிற்கான சாலையில் சிகப்புக் கம்பளம் விரிக்கப்படுகிறது. இதில் நீண்டகாலம் பயணிக்க விரும்புவோர் புதுமைகளைப் படைக்க வேண்டும். உயிர் தொழில் நுட்பமும் தகவல் தொழில் நுட்பமும். DATA- Artificial intelligence- Machine learning என்கிற கடவுச்சொற்களுடன் பயணிக்கிறது. தோசை சுட்டாலும் Tcell ஆராய்ச்சி செய்தாலும் இந்த அறிவியல் இன்றி இனி நகர முடியாது போல.. இனி இங்கு கோலாச்ச மந்திரச்சொற்கள் Data & Innovation! தயாராவோம்!